ముచ్చుకోట వేంకటరామయ్య గారి జీవిత చరిత్ర

ముచ్చుకోట వేంకటరామయ్య గారు

జీవిత కాలము :

05-10-1894 నుండి 04-04-1972

కర్నూలు ఆంధ్ర గ్రంథాలయము

పాఠకులకు సేవలందించినది

01-8-1923 నుండి 30-6-1979

Made with ♥ on the Notion Press Platform
www.notionpress.com

విషయ సూచిక

అంకితము

లక్ష్మీదేవమ్మ గారు
(1922 - 21/3/1992)

మానవసేవయే మాధవసేవ అని భావించే
భర్తను అనుసరించడము కష్టము.
ఈ పుస్తకము భర్త ఆశయానుసారం నడచుకొని
అనేక కష్ట నష్టాలకోర్చుకొని తరించిన
మా తల్లులు పార్వతమ్మ, లక్ష్మీదేవమ్మ గార్లకు
ఈ పుస్తకము అంకితము

యం.వి.ఆర్. చంద్రశేఖర్

రచయిత ముందుమాట

ప్రపంచములో ఏది శాశ్వతము కాదు. కాలం అన్నిటిని మారుస్తుంది. **1980** తరువాత భారతదేశంలో జన్మించిన వారికి స్వతంత్రము ముందున్న ఆర్థిక సామాజిక పరిస్థితులను అవగాహన చేసుకోవడము కష్ఠము. ఈ కాలం పిల్లలకు మహాత్మా గాంధి చిన్న పెన్సిలు ముక్కను కూడా దారంతో మొలకు కట్టుకొని వాడేవారని, కాగితాలను వృధా చెయ్యకుండా తనుకు వచ్చిన జాబులపైనే జవాబులు వ్రాసేవారని చెప్తే ఆశ్చర్యపోతారు.

దాదాపు **1975** వరకు వార్తా పత్రిక కొనడము అనవసర ఖర్చుగా సామాన్య కుటుంబీకులు భావించేవారు. ఉద్యానవనాల్లో పంచాయితి కార్యాలయాల్లో ఎర్పాటు చేసిన రేడియో ద్వారా సమాచారాన్ని తెలుసుకొనేవారు. చాలామంది విద్యార్థులు ముందు తరగతిలో ఉత్తీర్ణులైన వారి దగ్గర పాతపుస్తకాలు తీసుకొని చదువుకొనేవారు.

74 సంవత్సరముల స్వాతంత్రము ఆశించిన దాని కంటే చాలా ఉత్కృష్ఠమైన మార్పులు తెచ్చింది. దేశం సాధించిన అభివృద్ధిని గురించిన అవగాహనతో బాటు దాని కోసం, జరిగిన కృషి, త్యాగము స్మరించడము అవసరము. అది స్వాతంత్ర పరిరక్షణకు ఆవశ్యకము.

ఈనాడు అంతర్జాలం ద్వారా అంతులేని సమాచారం తెలుసుకొనే అవకాశం ఉంది. స్వతంత్రానికి పూర్వమే గాక దాదాపు **25** సంవత్సముల క్రితం వరకు పుస్తకాలే సమాచారం అందించేవి. అవి అందరికి అందుబాటులో ఉండేవి కావు. అందుబాటులో తెచ్చేదానికి చాలా కృషి జరిగింది. అ కృషిని స్మరించేదానికే ఈ రచన.

2012 లో తెలుగు లో

"గ్రంథాలయం తాతయ్య"

మరియు 2013 లో ఆంగ్లములో

A TRIBUTE TO ANDHRAGRANTHALAYAM - BIOGRAPHY OF MUCHUKOTA VENKATARAMAIAH,

అను పుస్తకములను మా తండ్రి గ్రంథాలయ ఉద్యమంలో చేసిన సేవను గురించి రచించి ముద్రించి వితరణ చేసితిని. తదుపరి కొన్ని ప్రచురించబడిన విశేషాలు లభ్యమయినాయి. మా నాన్న గురించి పరిచయము కొరకు పాఠకుల అభ్యర్ధన మేరకు, 75 వ సంవత్సర స్వాతంత్ర అమృత మహోత్సవాలలో భాగంగా ఈ పుస్తకమును ప్రచురించ దలచినాను.

స్వాతంత్రము కొరకు అసంఖ్యాకులు ధన మాన ప్రాణాలను ఒడ్డి శ్రమించారు. వారు గుర్తింపును ఆశించలేదు. వారి కుటుంబాలు కూడా చాలా భాధలు సహించినారు. వారిని గుర్తుచేసే జ్ఞాపకాలు కూడా సహజంగా చెరిగిపోతున్నాయి.

మా తండ్రి ముచ్చుకోట వేంకట్రామయ్య గారు మహాత్ముడు నిర్వచించిన 'కార్యకర్త' అనే పదానికి మూర్తీభవించిన రూపము. ఈ పుస్తకంలో మా నాన్నగారి గ్రంథాలయ ఉద్యమపు సేవలను, ఉద్యమము పట్ల వారికున్న అకంఠిత దీక్ష, నిబద్ధతను తెలుపదలచుకొన్నాను. దాదాపు యాభై అయిదు సంవత్సరాలు 1923 నుండి 1979 వరకు ఆంధ్ర గ్రంథాలయము, కర్నూలు పాఠకులకు సేవ చేసింది. ఇది **ఒక వ్యక్తి సాధన, కృషి ఫలితము.**

ఈ రచనకు సంబందించిన ముఖ్య సమాచారము ఎ) సర్వోత్తమ గ్రంథాలయము, విజయవాడ బి) సారస్వత నికేతనము వేటపలెం, ప్రకాశం జిల్లా, సి) కృష్ణదేవరాయ ఆంధ్రభాషా నిలయము, హైదరాబాదు నుండి సేకరించబడినది. గ్రంథాలయాధికారుల సహకరణకు ధన్యవాదములు.

యం. వి. ఆర్. చంద్రశేఖర్
విశ్రాంత సంయుక్త సంచాలకుడు, భూగర్భజలశాఖ,
ఆంధ్రప్రదేశ్ ప్రభుత్వము.

ముచ్చుకోట వేంకటరామయ్య జీవిత చరిత్ర

జీవిత కాలము : 05-10-1894 నుండి 04-04-1972

కర్నూలు ఆంధ్ర గ్రంథాలయము

పాఠకులకు సేవలందించినది :

01-8-1923 నుండి 30-6-1979

అధ్యాయము - 1

పరిచయము.

ఆంధ్రగ్రంథాలయమన్న పదము మొదటి ప్రపంచ యుద్ధ కాలం కంటే ముందు నుంచి రెండు విషయాలకు సంకేతము. మొదటిది తెలుగుభాషను ప్రభవింపచేయడము. ప్రపంచవ్యాప్తంగా, ప్రజాబాహుల్యంలో శాంతికి మతభావనలు ఒక కారణము. పండితులు, కళాకారులు, నీతిగా జీవించే విధానము గురించి ప్రజలలో అవగాహన కల్పించేవారు. ఆంధ్ర రాజులు అగ్రహారాలు, మాన్యాలు ఇచ్చి వారిని పోషించేవారు. ఆంగ్లేయుల రాకతో అట్టి ప్రక్రియ మారి తెలుగు సాహిత్యము నీరసించి, తెలుగును ప్రభవింపచేయవలసిన అవసరం ఏర్పడింది. ఈ బీజము తరువాతి కాలంలో భాషా ప్రయుక్త రాష్ట్రాల ఏర్పాటుకు దారితీసింది. అనేక కారణాలవల్ల తెలుగు భాషకు ఆ కాలపునాటి దీనావస్థ పునావృత్తం అవుతున్నది.

రెండవది విద్యాభివృద్ధికై పుస్తక లభ్యతకై కృషి చేయుట. దీని ముఖ్య ఉద్దేశ్యం ప్రజలలో అప్పుడున్న పరిస్థితులను సామాన్య ప్రజలకు తెలిపి స్వతంత్ర కాంక్షను పెంపొందించుట.

ఆ కాలంలో గ్రంథాలయమన్నది కేవలం పుస్తకముల నెలవు కాదు. అది చాలా సామాజిక కార్యక్రమాలకు స్థావరము. ఎ) కర్షకులకు సేద్యపు మెలకులవలను తెలుపుట బి) అక్షరాస్యతను పెంపొందించుట సి) ఆరోగ్యము, పారిశుద్యము గురించి అవగాహన పెంపొందించుట, మొదలగునవి.

అసంఖ్యాకమైన గ్రంథాలయాలు తెలుగు మాట్లాడే ప్రాంతాలలో **1910** తరువాత ప్రారంభించబడినాయి. గ్రంథాలయ సర్వస్వం లో ప్రచురించబడిన ఆ గ్రంథాలయాల స్థాపన వృద్ధి ఈ దిగువ ఇవ్వబడినది.

జిల్లా పేరు	1914	1915	1918	1919
కృష్ణా	48	53	140	150
గుంటూరు	34	52	130	160
గోదావరి	34	43	90	103
నెల్లూరు	10	16	28	30
విశాఖపట్నం	8	8	17	30
గంజాం	6	6	20	22
కడప	3	4	4	7
కర్నూలు	2	2	3	3
బళ్ళారి	2	2	3	3
అనంతపురం	2	5	10	10
చిత్తూరు	-	2	6	10
నిజాం రాష్ట్రం	10	12	12	13
మద్రాసు	-	2	2	3
మిగిలిన తెలుగు ప్రాంతాలు	4	5	9	13
మొత్తము	162	212	474	586

స్వాతంత్ర్యము వచ్చే నాటికి వాటి సంఖ్య పదివేల వరకు పెరిగింది. స్వతంత్రానంతరము గ్రంథాలయ నిర్వహణ ప్రభుత్వ భాధ్యతగా భావించి వాటిని మూసివేసినారు. స్వతంత్రానంతరము ప్రభుత్వేతర కృషితో పనిచేసి నిలచిన గ్రంథాలయాల ఆంధ్ర ప్రాంతములో పదుల సంఖ్యలో మాత్రమే అనుట సత్యము. ఎక్కువకాలం సేవచేసిన వాటిలో కర్నూలు ఆంధ్ర గ్రంథాలయము ఒకటి. దాదాపు 50 సంవత్సరములు పాఠకుల అవసరాలు తీర్చింది. ఒక వ్యక్తి కృషి ఫలితము. నిర్వహణకూడా ఒక వ్యక్తి ద్వారానే జరిగింది. జీవితంలో ఇతర ఏ వ్యాపకము, సరదా లేక తన జీవతాన్ని వారు అంకితము చేసి శ్రమించినారు. అందుకనే ఈ గ్రంథాలయము ముచ్చుకోట వేంకటరామయ్య గారి జీవిత చరిత్రతో ముడిపడివుంది.

ప్రస్తుత సమయంలో ప్రజాజీవనంలో ఉన్నవారు వంశపారంపర్యంగా తమ పదవి, సంపదల వృద్ధికి కృషి చేస్తున్నారు. ఆ కాలంలో ప్రజా జీవనంలో ఉన్నవారు తమ పిల్లల భవిష్యత్తు కంటే దేశ సేవ ముఖ్యమని భావించేవారు.

వేంకటరామయ్య గారు తను యువకుడుగా ఉన్నప్పుడే దేశంలో అక్షరాస్యత అతి తక్కువగా ఉందని గ్రహించి, దాని వృద్ధి కోసం కృషి చెయ్యాలని నిశ్చయించుకున్నారు. తను రెవిన్యు కార్యాలయంలో చేస్తున్న ఉ ద్యోగాన్ని, అప్పటి చాలా మంది యువకుల మాదిరి వదలి ఉపాధ్యాయ వృత్తిని చేపట్టి గ్రంథాలయోద్యమంలో కార్యకర్తగా చేరి, **1-8-1923** నాడు స్వయంగా గ్రంథాలయము ప్రారంభించినారు. ప్రారంభ దినముననే తను 'మానవసేవయే భగవత్‌సేవగా నమ్ముతున్నానని' తెలుపుతూ కొంత వ్యవసాయ భూమిని గ్రంథాలయం పేరట శాస్వతంగా నిర్వహించేదానికి దానపత్రము ద్వారా రిజిష్టరు చేయించినారు. ఆ కాలంలో కర్నూలు పట్టణంలో సార్వజనిక గ్రంథాలయము లేని కారణంవల్ల, చదువరులకు గ్రంథాలయము అత్యావశ్యకముగా నుండినది. వేంకటరామయ్య గారికి వేరే సరదాలుండేటివి కాదు. స్కూలు, గ్రంథాలయము మాత్రమే వారి ప్రపంచమంటే అతిశయోక్తి కాదు. గాంధీ గారి మార్గమనుసరించే వాడిగా ప్రచారానికి తావివ్వలేదు. తనకు, తన వారసులకు ఆస్తులు వృద్ధిపరచటం, కొత్త ఆస్తులు చేకూర్చే ప్రయత్నం చేయలేదు. వారి ధ్యాస ఎప్పుడూ సంఘంలో విద్యాభివృద్ధి పైనే వుండేది.

ఆంధ్రగ్రంథాలయము, ఎ) స్వతంత్ర సమర దినాలలో జరుగుతున్న పోరాటానికి సంబందించి, బి) ప్రపంచ యుద్ధాలు, స్వతంత్రము తరువాతి కాలంలో జరిగిన యుద్దాల సమాచారం సి) స్వతంత్రము తరువాత జరిగిన ఆర్థిక, సామాజిక, రాజకీయ, వ్యవస్థాగత, శాస్త్రీయ మార్పుల గురించి, అభివృద్ధి గురించి సమాచారం పాఠకులకు అందించింది. పాఠకులు ఆసక్తితో, విశ్వసనీయ సమాచారం కోసం ఆంధ్ర గ్రంథాలయానికి గుంపులుగా చేరేవారు.

ఈ పుస్తకములో వేంకటరామయ్య గురించి కర్నూలు ఆంధ్ర గ్రంథాలయము గురించి, ప్రచురించబడిన విశేషాలను ఆధారంగా చేసుకొని రచించేదానికి నిబద్ధతతో ప్రయత్నించానని మనవి చేసుకొంటున్నాను. ఆ కాల పరిస్థితుల అవగాహన ఈ పుస్తకము అర్థము చేసుకొనేదానికి అవసరము. ఆ పరిస్థితులు రెండవ అధ్యాయంలో క్లుప్తంగా ప్రస్థావించబడినాయి.

అధ్యాయము - 2

ఇరవయ్యవ శతాబ్దం మొదటి దశకంలో విద్య పరిస్థితి, కారణమైన చరిత్ర

భారతదేశం దురాక్రమణ దారుల స్వర్గం. గ్రీకులు, హూణులు, పరిష్యన్లు, టర్కీలు, ఆఫ్ఘన్లు, మంగోలులు, అరబ్బులు, బ్రిటిష్ వారల ఆక్రమణలను భారతీయులు భరించవలసి వచ్చింది. వారి పరిపాలన సులభతరం చేసుకొనేదానికి వారి భావజాలం, జీవనవిధానం, బలవంతగా అమలుచేశారు. పుస్తకాలు, గ్రంథాలయాలు, వ్యక్తి ఇచ్చా సేకరణలుగా మారి కొందరికి మాత్రమే అందుబాటులో వుండేవి. ప్రపంచ వ్యాప్తంగా చాలా గ్రంథాలయాలు యుద్ధాలు, ఆక్రమణలు, నిరాదరణల వల్ల నశించాయి.

స్వదేశీ పాలకుల బలహీనతలను ఆధారంగా ఈస్ట్ ఇండియా కంపెనీ భారతదేశ మంతటినీ ఆక్రమించింది. వారి ముఖ్య ఉద్ధేశం సంపదను తరలించుకు పోవడము. ఆంగ్లేయుల దమననీతి, తుపాకీ తూటాలో వాడబడిన పదార్థాలపై భారతీయ సైనికుల మతపరమైన విముఖత కారణంగా మొదటి స్వతంత్ర యుద్ధము మొదలైంది. వారు కర్కశంగా, పాశవికంగా, ఆ తిరుబాటును అణచివేశారు.

బ్రిటిష్ ప్రభుత్వము, సంపద దోపిడీలో జరిగిన పైశాచిక అకృత్యాల కారణంగా ప్రపంచవ్యాప్తంగా దిగజారుతున్న బ్రిటీష్ రాజరికపు ప్రతిష్ఠ పునరుద్ధరించే దానికి పాలన హస్తగతం చేసుకుంది. పరిపాలన మార్పువల్ల కొంత దౌర్జన్యం తగ్గినా సంపద దోపిడిలో మార్పురాలేదు.

పరిపాలనా సౌలభ్యం కోసం ఆంగ్ల బోధన ప్రారంభించినారు. వారికి కావలసింది నిర్ణయాధికారము లేని గుమాస్తాలు. మత వ్యాప్తిని క్రిస్టియన్ మత సంస్థలు ఆశించి విద్యాలయాలు ప్రారంభించినారు. అవి ప్రభుత్వాన్ని బలోపేతం చేస్తాయని భావించారు. భారత నాయకులు మాత్రం అది స్వతంత్రానికి దారి తీస్తుందని ఆశించారు.

మొదటి ప్రపంచయుద్ధము యూరోపు దేశస్థుల ధృక్పదాన్ని మార్చింది. తక్కువ సంఖ్యలోని పాలకుల పాలన, ప్రజల సహకారం కొరవడితే జరుగదని అర్థమవ్వసాగింది. ఆర్థికస్తోమత ఉన్న వారు పెద్ద చదువులు విదేశాలలో చదువుకొని దేశ పరిస్థితులను అవగాహన చేసుకోసాగారు. దుష్ఠ పరిపాలన మార్చేదానికి సంఘం మారవలసిందే. ఆమార్పు విద్య వల్లనే సాధ్యం. 19 శతాబ్ది చివరిలో కూడా, దేశంలోని చాలా ప్రాంతాలలో వ్యక్తి చొరవ వల్ల ఒక్క ఉపాధ్యాయుడితో నడుపబడే వీధి బడులు ఉన్నా, పుస్తక లభ్యత చాలా తక్కువ. ఈ సమస్యను అధిగమించేదానికి నాయకులు గ్రంథాలయ ఉద్యమాన్ని ప్రారంభించినారు.

అధ్యాయము - 3

ప్రజా ఉద్యమంలో కార్యకర్తల పాత్ర.

మహాత్మాగాంధీ గారు ' కార్యకర్త కు ' ఇచ్చిన నిర్వచనము, " తను ఎన్నుకున్న మార్గము కాబట్టి, ఒక సమాజము లేక సహజ ప్రకృతి, అభివృద్ధి చెందేదానికి, ఉపయోగపడేవాడు. చాలామంది లాభాపేక్షణలేని వ్యవస్థలలో పనిచేస్తారు. కార్యకర్తకు జీతం కానీ, చేసిన సేవకు ప్రతిఫలం కానీ ఉండదు. అతనికి సమయం లేకపోయినా పనిచేయాలన్న హృదయం ఉంటుంది. కార్యకర్తకు తన అవసరాల కంటే ఇతరుల అవసరాలు బాగా ఆకళింపుకు వస్తాయి. అతనికి ఇతరుల సమస్యలు తీర్చడంలో తన సమస్యలు తీరుతాయన్న విషయం బోధపడుతుంది. విద్య, అనుభవం, వయస్సు, ఆర్థిక స్థితి, అనేవి కార్యకర్త ఎంపికకు అవసరంలేదు. చేసే పని మీద నిబద్ధత, ధృఢసంకల్పం, కార్యదీక్షత ముఖ్యం". వేంకటరామయ్య గారు మహాత్ముని నిర్వచనానికి సంపూర్ణ స్వరూపము.

గ్రంథాలయ ఉద్యమంలోని ప్రముఖులు కోదాటి నారాయణరావు గారు 'ఆంధ్ర దర్శిని' అనే పుస్తకంలో 'ఉద్యమంలో కార్యకర్తల పాత్ర' అనే వ్యాసం రాసారు. అందులో గ్రంథాలయ కార్యకర్తల కార్యక్రమాలకు అయ్యంకి వెంకటరమణయ్య గారు సూచించిన మార్గదర్శకాలను ఇలా ప్రస్థావించినారు. ఒక ఫిర్కా (ప్రస్తుత మండలము)లో ప్రచారానికి పన్నెండు మంది కార్యకర్తలు ఆరు బృందాలుగా ఏర్పడి ఒక మాసము కృషి చేయవలసి ఉంటుంది గ్రామంలోని యువకుల సహాయం అత్యవసరం. మొదటి బృందము గ్రామాన్ని సందర్శించి పెద్దలను గ్రామస్థులను కలిసి తదుపరి కార్యక్రమానికి కావలసిన భూమికను ఏర్పర్చాలి. రెండవ బృందము పాటల ద్వారా, చలోక్తుల ద్వారా చదువు ప్రాధాన్యతను వివరించాలి. మూడవ బృందము పుస్తకముల బోధనా సామగ్రితో కూడిన ప్రదర్శన ఏర్పాటు చేయ్యాలి. నాల్గవబృందము నాటకాలు, ఉపాన్యాసాల ద్వారా చదువు నేర్చుకొమని ప్రోత్సహించాలి. ఐదవ బృందము బోధన స్థలము పాఠకులను నిర్ణయించాలి. ఆరవ బృందము గ్రంథాలయ స్థలము, పుస్తకముల లభ్యతకు కృషి చెయ్యాలి. ఇటీవల సంపూర్ణ అక్షరాశ్యతా కార్యక్రమాలు ఇటువంటి కార్యక్రమాలతోనే మొదలుపెట్టేవారు.

అధ్యాయము - 4
గ్రంథాలయ ఉద్యమం

1910 వ సంవత్సరంలో ప్రారంభించబడి స్వాతంత్ర్యము వచ్చిన తరువాత ప్రభుత్వ పథకాలు, సాక్షరత, వయోజన విద్య, అందరికి చదువు మొదలగు కార్యక్రమాలకు పునాదులు వేసిన గ్రంథాలయ ఉద్యమం విశిష్ఠమైనది. స్వతంత్రానికి ముందర, పాక్షిక స్వపరిపాలనలో కొన్ని సంవత్సరములు ఈ కార్యక్రమాలు గ్రంథాలయాల్లో అనేక చోట్ల భాగంగా ఉండేవి. **1907** సంవత్సరమున ప్రముఖ స్వాతంత్ర సమరయోధుడు బిపిన్ చంద్రపాల్ గారి ఉపన్యాసాల వల్ల ఆంధ్రదేశమంతా గ్రంథాలయ ఉద్యమము వైపు యువకులు ఆకర్షితులైనారు. అయ్యంకి వేంకటరమణయ్య మొదలగువారి ప్రయత్నాలవల్ల **10-4-1914**న ఆంధ్రగ్రంథాలయ కాంగ్రెస్సు ఏర్పడింది. ఈ ఉద్యమం భారత స్వాతంత్ర్య పోరాటంలో ఒక భాగము. అవిద్య, బానిస భావాలకు, దారిద్ర్యానికి, అనైక్యతకు మూల కారణం. విద్య, స్వాతంత్ర భావాలు పెంపొందించి పౌరులను భానిసత్వ శృంఖలాలు తెంచుకొనే దానికి ప్రోత్సహిస్తుంది. అధిక చదువరులున్న సమాజం, దేశాభివృద్ధికి పౌరులను సులభముగా భాగస్వాములను చేయగలదు. అవగాహన లేనిదే ఉద్యమము సామాన్య ప్రజలను ఆకర్షించదు. అవగాహనకు విద్య, సాహిత్యము అవసరము.

విద్యా వ్యాప్తికి పాఠశాలలు, పుస్తకముల లభ్యత చాలా ముఖ్యము. **18** వ శతాబ్ది చివరి దశకం వరకు వీధి బళ్ళు చాలా పట్టణాలలో, గ్రామాలలో వుండినా పుస్తకముల లభ్యత తక్కువ. అక్షరాస్యత **5%** కంటే తక్కువ. పుస్తక సేకరణ కుటుంబ వ్యాపకంగా ఉందేది. **1800** సంవత్సరంలో పరావస్తు గారి కుటుంబ గ్రంథాలయం, **1820**లో రాజా శర్ఫోజీ తంజావూరులో నెలకొల్పిన సరస్వతి మహలు గ్రంథాలయము ప్రజలకు అందుబాటులోకి వచ్చినాయి. మెదటి తెలుగు పుస్తకం **1834** లో అచ్చయింది. ఆనాటి నుండి అచ్చు గ్రంథాలు వెలువడడంతో పఠన మందిరాలు, రవాణా సౌకర్యం గల

కోస్తా జిల్లాలలో ఎక్కువగా జరిగింది. చదువు వల్ల నాయకులు గుర్తింపుకొచ్చారు. రాయలసీమలో కూడా సభలు జరిగాయి. గాడిచర్ల హరిసర్వోత్తమరావు గారు రాయలసీమలో గ్రాంథాలమ ఉద్యమం బలోపేతం కావడానికి కృషి చేశారు.

ఏడవ ఆంధ్ర గ్రంథాలయ సభ కర్నూలు జిల్లాలోని మహానందిలో **1920** లో జరిగింది. పన్నెండవ సభ అనంతపురంలో **1927** లోను, ఇరవైనాల్గవ సభ అనంతపురము జిల్లా, హిందూపురంలో, **28** వ సభ కర్నూలు జిల్లాలోని చాగలమర్రిలో **1951** లో జరిగాయి.

1921లో సప్తమ ఆంధ్ర గ్రంథాలయ సభలో అధ్యక్షుల వారు రాయలసీమ మండలాలలో **30** కన్నా ఎక్కువ గ్రంథాలయాలు లేవని తెలిపినారు. అఖిల భారత గ్రంథాలయ మహా సభలు **26-2-1924** న కాకినాడలో జరిగినాయి. సభాధ్యక్షులుగా మహారాష్ట్ర ప్రతినిది ఎమ్.ఆర్. జయాకర్ గారు ఎన్నుకోబడినారు. అధ్యక్ష ఉపన్యాసములో ప్రసంగిస్తూ ఆంధ్రదేశంలో గ్రంథాలయోద్యమాన్ని గురించి ఇలా వివరించారు. ఆంధ్రదేశంలో గ్రంథాలయోద్యమం ఆజాతి మహోన్నత ఆదర్శాలను ప్రతిబింబిస్తుంది. పాత వ్యవస్థను సంరక్షిస్తూ అత్యవసరమైన కొత్త మార్పులకు శ్రీకారము చుట్టినారు. ఈ ఉద్యమం గ్రంథాలయాలు గ్రామాలలో పుస్తక నిలయాలు మాత్రమేకాక అక్షరాస్యత, వయోజనవిద్య, సాంఘిక, ఆధ్యాత్మిక, ఆరోగ్య సంబందిత కార్యక్రమాలకు కేంద్రబిందువు.

5-5-1928 న సర్. ఆర్కాట్ రామాస్వామి మొదలియార్ గారు గ్రంథాలయ ఉద్యమము మరియు వయోజన విద్య గురించి ఈ విధంగా ఉపన్యసించారు. ప్రాథమిక విద్య తరువాత మంచి పుస్తకాలు చదవడము మంచి పౌరులను తయారు చెయ్యడానికి ఉపకరిస్తుంది. సామాన్య పట్టభద్రుడు జీవితంలో ఎదురయ్యే సమస్యలు, సమాజములోని విపరీత దోరణులు సమన్వయము చేసుకోవటములో, చదువుయొక్క ప్రాథమిక లక్ష్యము ' అవసర మున్న వారికి సేవచయ్యాలి' అన్న మూల సూత్రము మరచిపోతాడు. అన్ని

పరిస్థితులలో వారి అవగాహన, నైపుణ్యాలు వృద్ధిపరచు కోవడానికి గ్రంథాలయాలు ఉపయోగపడతాయి.

గ్రంథాలయ కార్యకర్తలు వారి ఆశయ సాధనకై వివిధ కార్యక్రమాలను రూపొందించుకొని అమలు పరిచేవారు పరాయి పాలన ఈ ఉద్యమానికి ఊతమివ్వలేదు. పాక్షిక స్వయం పరిపాలన వచ్చిన తరువాత కూడా ఖర్చు చేయబడ్డ నిధులు ఆవగింజంతే. ప్రభుత్వ ప్రోత్సాహం లేకపోయినా ప్రజలను కూడగట్టుకొని గ్రంథాలయ కార్యకర్తలు కార్యక్రమాలను సాగించినారు. వారు అమలు పరచిన కార్యక్రమాలలో ముఖ్యమైనవి.

1) నూతన గ్రంథాలయాలను పట్టణాలలో, గ్రామాలలో స్థాపించి పౌరులను విద్య వైపు ఆకర్షించడం. 2) అక్షరాస్యత పెంపొందించేదానికి శ్రమించడం 3) గ్రంథాలయాలలో గ్రంథాలు పెంపొందించేదానికి కృషి చేయడం 4) సంచార గ్రంథాలయాలను నిర్వహించడం 5) గ్రంథాలయాల నిర్వహణకు ధన సేకరణ చేయడం. గ్రంథాలయ ఉద్యమం వయోజన విద్యకు (సర్వశిక్ష అభియాన్) కు పునాదులు వేసింది. బాలభట కార్యక్రమాల ద్వారా సేవా భావాన్ని పిల్లలకు నేర్పింది. అభివృద్ధి మార్గాలను, అట్టడుగు వర్గాల అభివృద్ధి ఆవశ్యకత, సాధారణ ప్రజలకు చేరవేసే దానికి ప్రయత్నించింది. ఉదాహరణకు రైతులకు వ్యవసాయ శాస్త్రీయ మెలకువలు, అస్పృశ్యతా నివారణ అవసరాలు, సహకార సంఘాల వల్ల లాభాలు. మేధావి వర్గము కార్యకర్తల ఉత్సాహాన్ని పెంపొందించి ఉద్యమాన్ని ఉధృతంగా నడిపే దానికి కృషి చేసినారు. మేధావి వర్గము చాలా వరకు చరిత్రకు సుపరిచితులు. ప్రాతఃస్మరణీయులు. బ్రిటీష్ ప్రభుత్వము సభలు పూర్తిగా నిలిపివేయలేదు కాని, వాటిపై గట్టి నిఘా వుంచేది. వాక్స్వాతంత్రము తమ పాలనకు అడ్డురానంత వరకు మాత్రమే అనుమతించేది. దేశద్రోహ చట్టము అమలులో వుండేది. గ్రంథాలయాలు కొంతవరకు స్వతంత్ర పోరాట సమాచారము సామాన్య జనులకు చేరవేసేదానికి, రహస్య సమావేశాలు జరిపే దానికి కూడా ఉపయోగింపబడేవి. భారత ప్రధానమంత్రి పి.వి. నరసింహారావు

గారు ఆత్మకథను 'ఇన్‌సైడర్' అనే పుస్తకంగా ప్రచురించారు. అందులో వారు తాము గ్రంథాలయములో చదివే పుస్తకాల గురించి నివేదికలను గ్రంథాలయాధికారి నుండి బ్రిటీష్ ప్రభుత్వ జిల్లా విద్యాధికారులు తెప్పించుకొని కట్టడి చేసేవారని తెలిపినారు.

1921 సెప్టెంబరు, అక్టోబరు మాసాలలో మహాత్మాగాంధీ గారు రాయలసీమలో పర్యటించారు. వారు అస్పృశ్యతా నివారణ, మరియు స్వదేశి ఉద్యమం గురించి ముఖ్యముగా ఉపన్యసించారు. కర్నూలులో 30-9-1921 నాడు మహాసభ జరిగింది. రెండవసారి మహాత్మాగాంధీ మే 1929 లో పర్యటించారు. వారి రెండు పర్యటనలు రాయలసీమ ప్రజలలో గొప్ప స్వాతంత్ర్య భావాలను రగిల్చింది. గ్రంథాలయ కార్యకర్తలు ద్విగుణీకృత ఉత్సాహాన్ని పొందారు.

అధ్యాయము - 5
వేంకట్రామయ్య గారి సంబంధీకులు

ముచ్చుకోట వేంకటరామయ్య 1894 వ సంవత్సరం అక్టోబరు 5 వ తేదీన అనంతపురం జిల్లా తాడిపత్రి తాలుకా (ప్రస్తుతము పెద్దపప్పూరు మండలము) ముచ్చుకోట గ్రామంలో జన్మించినారు. ముచ్చుకోట గ్రామము తాడిపత్రి, అనంతపురం ముఖ్య రహదారిపై తాడిపత్రి నుండి పదిహేను కిలోమీటర్ల దూరంలో వుంది.

కరణం రామయ్య గారి వీలునామా దస్తావేజు 5/1904 తేదీ 2-2-1904 లో ప్రస్తావించిన విషయాలు. (వీలునామా నకలు అనుబంధము 3 లో ఇవ్వబడింది. పేజి నం. 82-83)

కరణం రామయ్య కరణం నల్లప్ప కుమారుడు. వారికి ముగ్గురు కూతుర్లు. రెండవ కూతురు కుమారుడు వెలిదిండ్ల సుబ్రహ్మణ్యం. ఆఖరు కూతురు కుమారుడు ముచ్చుకోట వెంకటరామయ్య. కరణం రామయ్య గారు గొప్ప శివ భక్తులు ముచ్చుకోట గ్రామం మజరా అయిన వరదాయపల్లెకు పడమట వున్న కొండపై శ్రీరామలింగేశ్వర స్వామి గుడి కట్టించినారు. రామయ్య గారు బహుభాషా కోవిదులు. వారు తమ ఇద్దరు దౌహిత్రులకు తమ ఆస్తి సమానంగా విభజిస్తూ తను కట్టించిన దేవాలయ నిర్వహణ బాధ్యతను అప్పగించినారు.

ఆస్తి వివరాలు :-

తాడిపత్రి తాలుకాలో ముచ్చుకోట రాయలచెరువు, యాడికి, వేములపాడు, కోనుప్పలపాడు గ్రామాలలో భూములు, ఇండ్లు. అనంతపురం తాలుకాలోని పెరవలి గ్రామంలో భూములు, ఇండ్లు కర్నూలు జిల్లా ప్యాపిలి సబ్-డివిజన్‌కు చెందిన బూర్గుల గ్రామంలోని భూములు, ఇండ్లు ప్రతి గ్రామంలో వున్న భూములు ఒక కుటుంబం ఏ పని చేయకుండా వంశ పారంపర్యంగా జీవనం సాగించే దానికి వీలు కల్పించేవి. ముచ్చుకోట గ్రామంలో వారి భూ సంపద ఐదు వందల ఎకరాల వరకు వుండింది.

వెలిదిండ్ల సుబ్రహ్మణ్యం గారు వైద్యులు, వారి మామ (భార్య తండ్రి) కర్నూలు పురపాలక సంస్థ అధ్యక్షులు, నిట్టూరు రామస్వామి గారు. వారు తమ మామ గారి ఇంట్లోనే నివాసముండే వారు. దురదృష్టవశాత్తు వారి కుమారుడు వెలిదిండ్ల హనుమంతరావు బాల్యదశలో ఉండగానే సుబ్రహ్మణ్యం గారు మరణించినారు. హనుమంతరావు తన విదేశ విద్యాభ్యాసము గురించి తనకు కరణం రామయ్య గారి వీలునామా ద్వారా సంక్రమించిన ఆస్తిని **1950** ప్రాంతములో అమ్మివేసినారు. వెలిదిండ్ల హనుమంతరావు గారి భార్య విమలమ్మ గారు వివరించిన ప్రకారము హనుమంతరావు గారు లండను చేరేదానికి వాతావరణము అనుకూలంగా లేని కారణం వారం రోజుల జాప్యం జరిగింది. కళాశాలాధికారులు ప్రవేశాన్ని ఆరునెలలు నిలిపి తరువాతి జట్టులో చేర్చినారు. చాలా ధనం వృధా వ్యయమైనది.

వేంకటరామయ్య గారికి బాల్యంలోనే రెండు వివాహాలు జరిగినా ఆ ఇద్దరు పత్నులు బాల్యంలోనే మరణించినారు. తదుపరి పార్వతమ్మ గారిని వివాహం చేసుకొన్నారు. వారికి సరస్వతమ్మ గారు **20-03-1929** లో జన్మించినారు.

పార్వతమ్మ గారి మరణానంతరం లక్ష్మీదేవమ్మ గారిని వివాహం చేసుకొన్నారు. లక్ష్మీదేవమ్మ గారి పుట్టిల్లు ముచ్చుకోట సమీపంలోని వేంకటాంపల్లి. ముచ్చుకోట కనుమలో **1916** నలనామ సంవత్సరములో జరిగిన దారి దోపిడి వారి కుటుంబాన్ని ఛిద్రపరిచింది. వారికి యం.వి. చలపతి **22-12-1943** లో మరియు ఎం.వి.ఆర్. చంద్రశేఖర్ **08-04-1946** లో జన్మించినారు.

తదుపరి వేంకటరామయ్య గారిచే కోయిలకుంట్ల తాలుకా చిన్నకొప్పెర్ల గ్రామంలో కూడా భూవసతి సంక్రమించింది.

వేంకటరామయ్య తోబుట్టువు పేరు సిద్ధిరాజు వెంకమ్మ గారు కర్నూలు జిల్లా ఓర్వకల్లు మండలానికి చెందిన కడమలకాలువ గ్రామం సిద్ధిరాజు వంశపు కోడలు. వారికి అలంపురం తాలుకాలోని పుల్లూరు గ్రామంలో ఆస్తులు వుండేవి. వారు కూడా గ్రంథాలయానికి భూములు దానం చేసినారు.

వారి భర్త మరణానంతరం ముచ్చుకోట గ్రామంలోని వారి తల్లిదండ్రులతో పాటు నివసించినారు. వేంకటరామయ్య భూముల పర్యవేక్షణ వారి తల్లితండ్రుల మరణానంతరము వెంకమ్మ గారి ద్వారానే జరిగేవి. వారి సహకారాన్ని గురించి ఆంధ్ర గ్రంథాలయ వార్షిక నివేదిక **1958** లో ప్రస్తావించారు.

అధ్యాయము - 6

వేంకటరామయ్య గారు కర్నూలుకు మకాం మార్చుటకు గల కారణాలు

ముచ్చుకోట గ్రామంలో దాదాపు 250 ఎకరాల భూమి మిగిలిన గ్రామాలలో ఆస్తులు కలిగిన సంపన్నుడు వేంకటరామయ్య విలాసపు జీవితం కోరుకున్న వాడుకాదు. తన స్వస్థలం వదలి కర్నూలుకు చేరేదానికి గల విశ్వసనీయ కారణాలు తెలియవు. సమీప బంధువులు, ముచ్చుకోట సమీప గ్రామ ప్రజలలో చాలాకాలం క్రితం వరకు ప్రచారంలో ఉన్నకారణాలు ఇవి.

ఎ) వేంకట్రామయ్య గారి తల్లికి తన తండ్రి చేసిన ఆస్తి పంపకాలు నచ్చలేదు. తన భర్త ఇల్లరికపు అల్లుడు. కాబట్టి ఆస్తికి ఆయనే వారసుడు. కానీ కరణం రామయ్యగారు తన పెద్ద అల్లుడు ఆ కాలంలో గొప్పదైన పోలీసు సర్కిల్ ఇన్‌స్పెక్టరు ఉద్యోగం తాడిపత్రిలో చేస్తూ ఉండడం వల్ల వారి సహకారము వేంకటరామయ్యకు మేలు చేస్తుందని ఇద్దరు దౌహిత్రులకు సమానంగా ఆస్తి పంచారు. వేంకటరామయ్య గారి తల్లి కుమారుని ఆస్తిపై ఆధారపడక స్వతంత్రంగా జీవనం గడపమని కోరింది. వేంకట్రామయ్య మెట్రికులేషన్ తరువాత కొన్ని నెలలు తాలూకా ఆఫీసులో గమాస్తాగా పని చేసినారు. చాలామంది యువకులు ఆ కాలంలో బ్రిటీష్ వారి కార్యాలయము లలో పనులు వదిలి పెట్టి స్వతంత్ర ఉద్యమం వైపు మరలినారు. వేంకట్రామయ్య వారిని అనుసరించినారు. తను చదివిన అమెరికన్ బాపిస్టు స్కూలు ప్రిన్సిపల్ ప్రొ॥ రాక్‌ఉడ్ సలహా మేరకు టీచరుగా చేరి, తరువాత అర్హత పరీక్షలు మద్రాసులో పూర్తి చేసి ఉద్యోగాన్ని కొనసాగించినారు. అమెరికా భారత స్వాతంత్ర సాధనకు అడ్డుకాదని భావించేవారు. ఉపాధ్యాయులకు సంఘంలో చాలా గౌరవం వుండేది. ఆంధ్రరాష్ట్ర ముఖ్యమంత్రి బెజవాడ గోపాలరెడ్డి గారు 7వ తరగతి చదివే తమ కుమారుడు కృష్ణారెడ్డి ఉపాధ్యాయుడు దండించినాడని చెప్పడంలో ఉపాధ్యాయుని ఆగౌరవంగా ప్రస్తావించాడని విపరీతంగా దండించారు. తోటి విద్యార్థుల ప్రమేయం వుందని తెలిసి వారి నందరికి విందు ఏర్పాటు చేసి తమ అత్యవసర కార్యక్రమాలలో సమయం కేటాయించుకొని గురువులను ఆగౌరవ పర్చకూడదని బోధించినారు.

బి) వేంకట్రామయ్య గారి చెల్లెలు వెంకమ్మ గారి అత్తగారి ఊరు కర్నూలు జిల్లా ఓర్వకల్లు ఫిర్కా కన్నమదకల గ్రామం. వేంకట్రామయ్య వారి బావమరిది గాడిచర్ల హరిసర్వోత్తమ రావు గారి వల్ల ప్రభావితులై గ్రంథాలయ ఉద్యమంలో చురుగ్గా పాల్గొనేవారు. వేంకటరామయ్య గారు కూడా ఉద్యమంలో పాల్గొంటూ, పరిచయాల వల్ల కర్నూలులో స్థిరపడ్డారు.

సి) వేంకట్రామయ్యగారు ఊరికి దూరంగా వున్న అటవీశాఖ రహదారి బంగళాలో పుస్తకాలు చదువుకొనేవారు. ఒక మతిస్థిమితం లేనివాడు ప్రేరణకు గురైతే ప్రేరేపించిన వారి ఆదేశాలు పాటించేవాడు. అతని కదలికలు తాలూకా అంతటా జరిగేవి. ఇటువంటి మతిస్థిమితం లేని వానిని పోలిన పాత్రను అనంతపురం, కడప జిల్లాలో బంధుత్వాలున్న యం.యస్. రెడ్డి గారు తన దర్శకత్వంలోని ఒక సినిమాలో సృష్టించారు. అతడు వేంకటరామయ్య గారిని బలంగా గాయపరిచినాడు. అది తమ కుమారిని పై జరిగిన హత్యా ప్రయత్నమని, అంతకుముందు జరిగిన కొన్ని సంఘటనల వల్ల వేంకట్రామయ్య తల్లి గారికి తన కుమారుడికి ప్రాణహాని కలదని ధృడంగా నమ్మి కుమారుడి క్షేమము కోరి ముచ్చుకోటకు రావద్దని ఒట్టు వేయించుకొన్నది. వేంకట్రామయ్య తల్లికి ఇచ్చినమాట తప్పలేదు. జీవితంలో ఒక్కసారి తమ చెల్లెలు దహన సంస్కారాలకు మాత్రమే ముచ్చుకోట దర్శించినారు. వేంకటరామయ్య పెద్దమ్మ గారి కుమారుడు వెలిదిండ్ల సుబ్రమణ్యం వైద్యుడు. కర్నూలు పురపాలక సంఘ అధ్యక్షులుగా పనిచేసిన నిట్టూరు రామస్వామి అల్లుడు. బంధువులు ఎక్కువగా ఉన్న కర్నూలులో స్థిరపడినారు.

డి) ఒంటిగాళ్లకు ఏ మాత్రం అచ్చిరాని, ప్రభుత్వ సహకారములేని, శిస్తులు ఎక్కువైన, కరువు ప్రాంతపు వర్షాధారిత వ్యవసాయము లాభసాటిగా వుండకపోవడము కూడా ఒక కారణము కావచ్చు. గుత్తలు అనేక కారణాల వల్ల చెల్లించేవారు కారు. అందువల్ల వేరే జీవనాధారము వెతుక్కుంటూ కర్నూలు చేరినారు.

అధ్యాయము - 7

వేంకట్రామయ్య గారి విద్య, వ్యాపకాలు

'జీవిత చరిత్ర కోశం - గ్రంథాల కార్యకర్తలు' అనే పుస్తకమును విశ్రాంత ఉపసంచాలకులు ఆంధ్రప్రదేశ్ గ్రంథాలయ సంస్థ డా॥ వెలగా వెంకటప్పయ్య గారి సంపాదకీయంలో ప్రచురింప బడింది. అందులో వివిధ ప్రముఖుల గ్రంథాలయ కార్యకర్తల జీవిత చరిత్రలు సేకరించి ముద్రించినారు. ఆ పుస్తకము **163-164-165** పేజీలలో ప్రముఖ సర్వోదయ నాయకులు, చాలా పత్రికలకు సంపాదకులు, అంధ్రప్రదేశ్ చేనేత సంఘ అధ్యక్షులుగా వ్యవహరించిన ఎదరే చెన్నకేశవులు గారు ముచ్చుకోట వేంకటరామయ్యను కలసి విచారించి, వారి చదువు వ్యాసంగము గురించి (పూర్తి వివరాలు అనుబంధం - **1** పేజి నం. **69-71** లో ఇవ్వబడ్డాయి) తెలిపినారు. 'తాడిపత్రి లో ప్రాథమిక విద్య, మ్యాధమిక విద్య అనంతపురంలో, హైస్కూలు విద్య కర్నూలులో, ఇంటరు మద్రాసులో వీరు పూర్తి చేశారు.

ఆ కాలంలో బురక్రథలు, తోలు బొమ్మలాటలు, నాటకాలు వంటివి ఆనందము కలిగించే వ్యాపకాలు. బాల్యంలో ద్రౌపదీ కళ్యాణ నాటకాన్ని చూసినప్పుడు భారతం చదవాలని బుద్ధిపుట్టి ఆదిపర్వం వచన కావ్యం ముందు చదివి తక్కిన **17** పర్వాలు సేకరించుకొన్నారు. వారి గ్రామంలోని కానిస్టేబులు ఒకాయన నెలకు రెండు అణాలు ఇచ్చి తమ వద్దనున్న అన్ని పుస్తకాలు చదివారట. తమకు సరిగా అర్థం కాకున్నా భారత పద్య కావ్యాన్ని నిత్యమూ వారి నాయనమ్మకు చదివి వినిపిస్తూ వుండేటప్పుడు మాతృబాషపై మమత పుట్టి నాటకాలు, నవలలు, కావ్యాలు, స్వంతంగా కొని చదువుతూ వచ్చారు. పదహారేళ్ళ వయస్సులో **1910** లో వేంకటరామయ్య గారు రచించిన శ్రీరామ శతకము వారికి గల ఆంధ్ర భాషాభిమానాన్ని తెలుపుతుంది. శతకం లోని మొదటి పేజి ప్రచురితమైన విధానం తదుపరి పేజిలో ఇవ్వబడింది.

శ్రీరస్తు

శ్రీరామచంద్ర వరప్రసాదలబ్ద కవిత్వమహత్వ యశోవిరాజితార్వేలకుల కశాబ్ధిమధ్యస్థిత
భట్టర్‌వంశాఖ్యశ్వేతద్వీపాంతర కల్పవృక్షాయమాన వెంకటరాయామాత్య గర్భపుష్పసంజనిత ఫలోపమ
సకలసజ్జన విధేయ వేంకటరామనామధేయ కవివర ప్రణీతంబున
శ్రీరామ శతకము

ఇయ్యది

శ్రీమద్రామభద్ర విద్యమారుణమృదుచరణ సంసేవామహత్వసంలబ్ధాదితాంధ్రకవిత్వ విద్యాద్వితీయ
వాగ్వైభవ సమన్వితాఖిల విద్వజ్జవవిధేయ భీమ రాజాస్వయాంభోనిది రాజనారాయణ రాజాత్మజుండును
చంద్రహాభ్యుధయాది గ్రంథవిరచతానంత కుశలుండును అమ్మళ్ళదిన్న ప్రథమ పాఠశాలోపాధ్యాయుండును
నగు బి.ఓబళరాజనామ కవివర్యునిచే సరిచూడబడి వరదాయపుర నివాసుల ధనసహాయముచే మదరాస్
బరూరు త్యాగరాయశాస్త్రులవారి గీర్వాణభాషారత్నాకర ముద్రాక్షరశాలయందు ముద్రింపండియె.1910

(పూర్తి పాఠము అనుబంధము - 3 లో ఇవ్వబడినది)

శ్రీ రామ శతకము చాలా చిన్న పుస్తకము ఆ కాలంలో పుస్తక ముద్రణకు మద్రాసులోనే ఎక్కువ వసతులు వుండేటివి. పురజనుల ధన సహాయముతో ప్రచురించ బడిందంటే ప్రచురణ ఖరీదైన విషయమని సూచిస్తుంది. **16** వ ఏటనే కీ॥శే॥ శ్రీ వేంకటరామయ్య గారికి కల ఆంధ్ర భాషపై ఆసక్తి అవగతమవుతుంది. గ్రామ ప్రజలకు వారిపై అభిమానము కూడా తెలియజేస్తుంది.

వీరు శ్రీ సీతమ్మ దండకము, సీతమ్మకు వినతి అన్నవి కూడా రచించినారు. (అనుబంధము **2A,2B,2F** పేజి నం. **72-79**)

ఉపాధ్యాయునిగా సమయాను కూలంగా గేయాలు రాసి తరగతులలో పాడడం వారికి అలవాటు.

ప్రముఖ సినీ రచయిత శ్రీ మైనంపాటి భాస్కర్ గారి మాటలలో 'మా తెలుగు టీచరు వేంకటరామయ్య గారు'. ఆయన చెప్పిన పాఠాల కంటే ఆయన నేర్పిన పాటలు ఇప్పటికీ బాగా గుర్తున్నాయి. కోల్సు హైస్కూలు ప్రహరీ గోడకు దగ్గరగా ఒక చెట్టు ఉండేది. ఆ చెట్టు క్రింద మమ్ములను కూర్చోబెట్టి లేత గ్రే కలరు లాంగ్‌కోటు, తెల్లటి పంచ తలపాగాతో వున్న వేంకటరామయ్య గారు తను లీనమైపోయి పాడుతూ, మా చేత పాడించిన దేశభక్తి గీతం ఒకటి ఇప్పటికీ నా చెవులకు వినబడుతుంది. నా నాలుక మీద ఆడుతూ ఉంటుంది.

కులము మతము సంకుచిత భావము లలమనీయక మానసమ్మున
కలలు గాంచిన స్వర్గఖండముగాగ భారతమిచేయగ
భారతీయ కుమారవీర లేయరా (పేజి నం. **52-53**)

వేంకటరామయయ్య గారు తను విద్యార్థుల కోసం రాసిన పాటల సంకలనాన్ని పదవీ విరమణ సమయంలో పాఠశాల గ్రంథాలయానికి ఇచ్చినట్టు చెప్తారు. అవి లభించడము లేదు. వీరికి తెల్లవారుఝామున లేచి సంధ్యా స్నానాదుల తరువాత రంగనాథ రామాయణ పారాయణం చెయ్యడం అలవాటు. ఉచ్ఛ స్వరంతో మధురంగా పాడే వారిపాట చాలాదూరం వినిపించేదని చెప్పుకొనేవారు.

20-3-1915 వ సంవత్సరం రాజమండ్రిలో గ్రంథాలయ మహాసభలు జరిగాయి, ఆ తరువాత "ఆంధ్ర దేశ గ్రంథాలయాలు" అన్న పుస్తకము ప్రచురింపబడినది. ఈ పుస్తకం సరస్వతీ నిలయం వేటపాలెంలో లభించింది. అందునుండి సేకరించిన సమాచారం.

<u>అనంతపురం జిల్లా, తాడిపర్తి తాలూకా</u>

160 గ్రామము - వరదాయపల్లి
పేరు - సాధుజన సమాజ గ్రంథ భాండాగారము.
కార్యదర్శి నామము - రత్నాకరం గంగ రాజు గారు
స్థాపన సంవత్సరము 24-12-1912
సగటున నెల ఖర్చురు. 2-00
నిల్వ సొమ్ము రు. 39-00

గ్రంథములు :-
(క) సంస్కృతము 6
గత సంవత్సరమునందు చదువబడిన గ్రంథముల సంఖ్య 13
(గ) ఆంధ్రము 19
గత సంవత్సరముభాండాగార పక్షమున జరిగిన సభలు 4
గ్రంథముల సంఖ్య : 13
సంఘము తెరిచియుంచు కాలము ఉ.గం. 10 మొ. సా. 4
చందా దారులు : 15 విద్యావిషయము పురాణపఠనము కలదు.
సగటున ప్రతి దినము వచ్చు వారి సంఖ్య : 10

గ్రంథాలయ ఉద్యమంలో వేంకటరామయ్య గారి ఆసక్తికి వారు యువకులుగా వున్నప్పుడు ముచ్చుకోట మజరా అయిన వరదాయపల్లెలో నడుపబడుచుండిన గ్రంథ భాండాగారము ఒక కారణం కావచ్చును.

వేంకటరామయ్య గారు మద్రాసులో చదివేటప్పుడు పూటకూళ్ళ వసతి గృహంలో వుండేవారు. పాలపదార్థాలు తినేదానికి విముఖత చూపేవారు. మహాత్మాగాంధీ గారి ప్రభావము కావచ్చును. మహాత్మాగాంధి దక్షణాఫ్రికాలో ఉన్నప్పుడు చవుకైన పకృతి వైద్యానికి సంబంధించిన ప్రయోగాలు తమపై చేసుకున్నారు. అది పాలు మానడానికి కారణమైతే రెండవది పశువుల పట్ల అహింస. మార్పు తెచ్చేదానికి ఆ గృహ యజమాని అభిమానంతో కొన్ని దినాలు అన్ని పాల పదార్థాలే చేసినారు అని చెప్పేవారు. వారికి చల్లనీళ్ళ స్నానము అలవాటు లేదు. యుద్ధకాలము ఎక్కువ వెలుగు నిచ్చే దీపాలు నిషేదము. కిరోసిన్ దీపంతో డబ్బాలో నీళ్ళను వేడిచేస్తూ ఆ వెలుగులో కొన్ని దినాలు చదివినట్లు చెప్పేవారు.

అధ్యాయము - 7

కొత్తపేటలో ఆంధ్ర గ్రంథాలయము
1923 నుండి 1935 వరకు

వేంకటరామయ్య గారు కర్నూలు ఆంధ్రగ్రంథాలయాన్ని 1-8-1923 నాడు అధికారికంగా ప్రారంభించినారు. శ్రీ వేంకటరామయ్య గారు వ్యక్తిగా తనను కరణం వేంకట్రాయుని కుమారుడు టీచర్ ముచ్చుకోట వేంకటరామయ్య గను, గ్రంథాలయ కార్యకర్తగా ఆంధ్ర గ్రంథాలయ విషయాల కొచ్చేసరికి ఆంధ్ర గ్రంథాలయ కార్యనిర్వాహకుడు యం. వేంకటరామయ్య గాను వ్యవహరించేవారు.

డ్యాకుమెంట్ నెం. 1024/1926 తేది : 12-07-1926 గా రిజిష్టరు లో కాబడిన దానపత్రము ద్వారా వారు గ్రంథాలయ స్థాపన ఉద్దేశము "సర్వజన సేవ్యమే యొక సేవమని అట్టి సేవనమే భగవత్ సేవనమని", నాకు ధృడమైన విశ్వాసము కలగటం చేసి ఆంధ్ర భాషాభివృద్ధికిని జ్ఞానాభివృద్ధికిని పై గ్రంథాలయమును స్థాపించినట్లు తెలుపుకున్నాడు. (పూర్తి దస్తావేజు అనుబంధము - 4 పేజి నం. 84-85 లో ఇవ్వబడింది).

ఆంధ్ర గ్రంథాలయం కొత్తపేటలో ఆనాటి నెం. 41/193 ఇంటి మొదటి అంతస్థులో 13 అడుగుల వెడల్పు 19 అడుగుల పొడవు కలిగిన హాలులో మొదలు పెట్టి ఆ స్వంత హాలును మరియు కోయిలకుంట్ల తాలూకా చిన్నకొప్పెర్ల గ్రామంలో తనకు సంబంధించిన 12.59 ఎకరముల భూములను గ్రంథాలయము వంశపారంపర్యంగా నిర్వహించుకొనే దానికి వ్రాసినారు. దస్తావేజు నకలు అనుబంధములో ఇవ్వబడింది. ఈ దస్తావేజులో అప్పటి ప్రముఖ సాంఘిక కార్యకర్త ఎందరికో స్ఫూర్తి కారకుడు కోల్సు మెమోరియల్ హైస్కూల్ ప్రిన్సిపాల్ ప్రొ॥ బి.జె. రాక్‌వుడ్ గారు సాక్షి సంతకం చేసినారు. రెండవ సాక్షి సంతకము చేసినవారు పురపాలక సంఘు అధ్యక్షులు ఓ. లక్ష్మణ స్వామి బార్ ఎట్ లా గారు.

ఆంధ్ర గ్రంథాలయ వార్షికోత్సవాలు తదుపరి కాలంలో ఘనంగా జరిపేవారు.

ఆంధ్ర గ్రంథాలయ ద్వితీయవార్షికోత్సవము 15-8-25 న జరుపబడినవి. వివరములు ధర్మ గ్రంథాలయ పత్రిక సెప్టంబరు 1925 సంచికలో ప్రచురింపబడింది.

ఆంధ్ర గ్రంథాలయము, కర్నూలు

ఈ గ్రంథాలయ ద్వితీయ వార్షికోత్సవము 15-8-25 వ తేదీ జయప్రదముగా జరుపబడెను. కోల్సు మెమోరియల్ హైస్కూలు భవనమున 5-30 గంటలకు సభ సమావేశ మయ్యెను. న్యాయవాదులును కర్నూలు పురపాలక సంఘ అధ్యక్షులును అగు, మ॥రా॥శ్రీ ఓ. లక్ష్మణస్వామి గారు సభాధ్యక్షులుగా నుండిరి. పద్యరూపమున భగవత్ప్రార్థనయు, కవిస్తుతియు జరుపబడెను.

కం. వీరేశలింగము గారి శకున, ఆచార ప్రహసనము బాలురచే ప్రదర్శింపబడెను. గాడిదమడుగు ఉపాధ్యాయులు రా॥శ్రీ॥ కె. అన్నమురాజు గారు గ్రంథాలయముల వలన ప్రయోజనముల గురించి ముచ్చటించిరి. మహమ్మదీయ పాఠశాల ఉపాధ్యాయులగు కె.నారాయణరావు గారు దత్తమండల కవుల గురించి, సి. హెచ్. నరసింహము గారు ముక్కుతిమ్మనను గురించి నుపన్యసించిరి. మ్యునిసిపల్ హైస్కులు ఉపాధ్యయులగు వి.సుబ్బయ్య గారు పోతనామాత్యుని గురించి, కోవెలకుంట్ల తెలుగు పండితులగు బాలకవి, దోమా వెంకటస్వామి గుప్త గారు శ్రీ నాధుని గురించి తెలియపలికిరి. గుప్త గారుదహరించిన పద్యములు మిగుల శ్రావ్యముగా నుండినవి. ఎల్లరు ఆనందించిరి. తదనంతరము వార్షిక నివేదిక నాచే చదువబడెను. ఈ సంవత్సరము 5018 మంది గ్రంథాలయమును సందర్శించిరి. 4016 పొత్తములు చదువబడెను. 150-14-0 అణాలు చందా రూపముగను 16-8-0 ధర్మాదాయముగను చేరెను. 808-14-4 పైసలు గ్రంథాలయము కొరకు 1-8-23 నుండి వ్యయము చేయబడెను. బ్రహ్మశ్రీ వావికొలను సుబ్బారావు గారును, రాజశ్రీ గౌరవనీయులగు పానగల్ రాజా గారును, రాజశ్రీ ఏం.వి. వేంకటేశ్వర్లును గ్రంథాలయామును సందర్శించి దీవించిరి.

ఆంధ్రగ్రంథాలయ బాల సరస్వతీ పరిషత్సభ పరీక్షయందు ఎక్కువ గుణములు గడించిన విద్యార్థులకు బహుమతులొసగబడెను. రాబోవు సంవత్సరము నకు కూడ పఠనీయ గ్రంథములు రుక్మిణీ కళ్యాణమున 80 వ పద్యము నుండి తుదివరకు, పదవిభజన, అర్థ, తాత్పర్యముల తెలిసి ఉండ వలెను. ఇతర నియమములు మునుపటివలెనే. భారతనీతి కథలు 1భా.పూర్తి.

కర్నూలు జిల్లా యందలి ఉన్నత పాఠశాలల యందలి పై మూడు తరగతుల విద్యార్థులకు 1926 జూలై మొదటి వారమున ఆంధ్ర గ్రంథాలయ వాగ్ధాటి పోటీ పరీక్ష జరుపబడును. ఎక్కువ గుణములు వచ్చినవారికి 1/2 తులము గుణకము గల సువర్ణ పతకమును గ్రంథాలయము పరమున బహుమతిగా నొసగబడును. పరీక్ష వ్రాత మూలమున, ఉపన్యాస రూపమున నుండును. శొంఠి గంగాధర శాస్త్రి గారిచే రచియింపబడిన భారత వీరుడను పాండవ మధ్యముని చరిత్ర పఠనీయ గ్రంథము. విద్యార్థులు అడుగబడిన విషయము గురించి 10 నిముషములు ఉపన్యసించ వలసి ఉండును. పెద్ద మనుషులు ఎక్కువ శక్తి గల వారిని నిర్ణయింతురు. విద్యార్థులు ప్రవేశ ఋసుము 0-4-0 చెల్లించవలసి యుండును.

సభ రాత్రి 8-20 గంటల వరకు జరిగెను. రా॥శ్రీ గాడిచెర్ల హరిసర్వోత్తమ రావు గారు, జిల్లా విద్యాధికారులగు పేరయ్య శాస్త్రి గారును, కోల్సుహైస్కూలు ప్రిన్సిపాలు అగు శ్రీ రెవరెండ్ బి.జె. రాక్‌వుడ్ గారును, ఇంకా అనేక న్యాయవాదులు, ఉద్యోగులును, భూస్వాములును, విద్యార్థులును సభను అలంకరించి యుండిరి. గ్రంథాలయమునకు ధర్మార్థముగ పుస్తకములను, కానుక ఒసగిన మహనీయులకును, సభవారికిని, సభాధ్యక్షులకు వందనము సమర్పించుటతో సభ ముగిసినది. వేంకటరామయ్య గారు ఖర్చు చేసినది 500/- రూపాయలు. అప్పుడు తులము బంగారు ధర రూ. 18 - 8 అణాలు

దస్తావేజు నెం. 255 ఆఫ్ 1926 తేది 21.02.1926 ద్వారా అప్పటికి 41-278 నెంబరు కల్గిన 3.5 సెంట్ల ఇంటిని కొన్నారు. కొన్న ఆ ఇంటిని 41/193 బదులుగా దానపత్రం నెం.1262 ఆఫ్ 1926 తేది : 24-08-1926 వ్రాసి ఇచ్చినారు. (అనుబంధము - 5 పేజి నం. 86-87) 12-07-1926 నుండి ఒక నెలలోనే వ్రాయబడిన ఇంటిని మార్చి ఇంకొక ఇంటిని వ్రాయవలసిన కారణం సూచింపబడలేదు.

కానీ ఆకాలానికి బదలాయింపు ఖర్చులు భరించినారంటే ఏదో ఒక తీవ్రమైన ఒత్తిడికి గురి చేయబడ్డారు అని భావించవచ్చును. బహుశా ఇంటి క్రింది భాగములో నివసించేవారు గ్రంథాలయానికి వచ్చి పోయే హరిజనులు ఇతర మతస్థుల గురించి అభ్యంతరం సూచించి వుండవచ్చును. అప్పటి నుండి **1935** వరకు గ్రంథాలయం అప్పటి **41/278** నెంబరు గల క్రొత్తపేట ఇంటిలోనే నిర్వహించబడింది.

వనం శంకరశర్మ గారు స్వాంతంత్ర్య సమరయోధులు. "ఇంద్రావతి" పత్రిక ద్వారా స్వాతంత్ర్య ఉద్యమ సమాచారం ప్రజలకు చేరవేసేవారు. సర్ధార్ భగత్‌సింగ్ ప్రజలనుద్దేశించి దేశ స్వాతంత్ర్య సాధన గురించి ప్రసంగించిన ఉపన్యాసమును ప్రచురించినందుకు ఆనాటి బ్రిటీష్ ప్రభుత్వం ఆ పత్రికను నిషేదించింది. శర్మ గారిని శిక్షించింది. శీరిపి ఆంజనేయులు గారు అనంతపురం జిల్లా, ధర్మవరం నివాసి. గ్రంథాలయోద్యమములో ప్రముఖ పాత్ర పోషించినారు. గ్రంథాలయ కార్యకర్తలు ఒకరి నొక్కరు ఉత్సాహపరచుకొనే దానికి, ఉద్యమం నడుస్తున్న విధానాలను నాయకులకు వివరించేందుకు గాను కార్యకర్తలు పర్యటనలు జరిపి నివేదికలు పంపేవారు. శీరిపి ఆంజనేయులు గారు వారి **1929** వ సంవత్సరములోజరిపిన పర్యటన సంధర్భముగా కొత్తపేటలోని ఆంధ్ర గ్రంథాలయము సందర్శించి దాని గురించి "ఇంద్రావతి" పత్రికలో వ్యాసము రాశారు. "ఇంద్రావతి" ప్రతులు లభ్యం కావటం లేదు. గ్రంథాలయ సర్వస్వము డిజిటైజ్ చేయబడి హైదరాబాద్ యూనివర్సిటిలోను బెజవాడ హరిసర్వోత్తమ రావు భవన గ్రంథాలయం లోను లభ్యం అవుతుంది. (**2012** అక్కడే వెళ్లి చూసుకొనే అవకాశము మాత్రమే కలదు.)

రాయలసీమ యందలి గ్రంథాలయములు

నేను కర్నూలు పురము ప్రవేశించినతోడనే యీయూర నొక భాషానిలయ మాంధ్రగ్రంథాలయమను పేరన జిక్కని స్థితిలోనున్నదని యెరిగి నిన్నటి రాత్రి 7 గంటల వేళ దాని జూడబోయితిని. అప్పుడందు గ్రంథాలయ కార్యములు నడచుచుండెను. ఈ గ్రంథాలయము చిన్నదైనను రాయలసీమయందలి గ్రంథాలయములకెల్ల నాదర్శప్రాయమైన దగును. దాని గాంచినతోడనే యనిర్వాచ్యమగు నానందమే నాకు గల్గినది. కార్యనిర్వాహకులగు శ్రీయుత ఎం.వేంకటరామయ్య గారుత్సాహనిరతులు, భక్తివినయతత్పరులు, దాక్షిణ్య స్వభావులు, త్యాగశీలురునై కన్పట్టుచుండిరి. గ్రంథాలయ సంస్థాపకులును పోషకులును వీరేయని తెలిసెడిని.

ఈ భాషానిలయము సంస్థాపింపబడి యారు సంవత్సరములే యైన నింత స్వల్ప కాలములో మూడు వేలకుబైన నాంధ్రాంగ్ల గ్రంథములు సమకూర్చబడినవి. గీర్వాణ భాషాకృతులు కొన్ని కలవు. అవియన్నియు నా వర్గముల కనువుగ నున్నతములైన యద్దాల బీరువాలలో గ్రమభంగి నమర్చబడినవి. ఆలయమున బుస్తకముల బోషించువిధము కార్యనిర్వాహకుని యనుపమభక్తి విశ్వాసములకు నిదర్శనమై కన్పట్టెడిని, ఆంధ్ర గ్రంథారాధనమే సరస్వతీ కైంకర్యమను పూర్ణవిశ్వాసము వీరియందు గాఢముగ నెలకొనియున్నట్లు వీరి భక్తి పూర్వకమగు నిష్కళంక సేవ సాక్ష్యమిచ్చుంచుండెను. ఇపుడు గ్రంథభాండాగారమున్న భవన మీ నిలయమునకు స్వతంత్రమైనది. ఇంతియగాక దీనికి బదియకరములనేల మాన్యక్షేత్రముగ నుంపబడియున్నదను విషయమెంతయు హర్షదాయకముకదా? ఈ గ్రంథాలయమున బనిజరుగు సమయము సాయంకాలము 5 గంటల నుండి 7 గంటల వరకు రెండుగంటలు మాత్రము. అదిచాలు నసరాదు. గాన నింకను కాలపరిమితిని హెచ్చించుట యవసరమని తోచెడిని. నూతన గ్రంథములతో బాటు ప్రాచీన తాళపత్ర గ్రంథములను సేకరించియుంచుట గ్రంథాలయ నిర్వాహకుని ముఖ్యధర్మము. భాండాగారమున వారమునకో, పక్షమునకో యొకమారు పురాణ పఠనము యేర్పరిచి తన్మూలమున జదువెరుగని సామాన్యజనుల కింతజ్ఞానభిక్ష యిడుట ముఖ్యావసరముగదా?

ఫోటో 1932 కర్నూలులో ఆంధ్రగ్రంథాలయము

అధ్యాయము - 8

నరసింహరావు పేటలో ఆంధ్ర గ్రంథాలయము

1935 ప్రాంతములో నూతనముగా నరసంహరావుపేటలో ఇంటిని కట్టుకొన్నారు. తన మకాము కొత్త ఇంటికి మార్చినారు. తనే స్వయంగా నిర్వహిస్తూండటము వల్ల అనుకూలంగా ఉంటుందని గ్రంథాలయమును కూడా మార్చినారు. ఖాళీగాఉన్న **41-278** ఇంటిని ఐదు సంవత్సరముల తరువాత **11-11-1940** నాడు అమ్మి రిజిస్టర్ చేయించినారు. ఇల్లు అమ్మిన డబ్బుతో వేంకటరామయ్య గారు ఆంధ్రగ్రంథాలయము కొరకు నూతన భవన నిర్మాణము మొదలు పెట్టినారు. కొన్ని దినముల తరువాత కొన్నవారు దానముగా ఇచ్చిన ఇంటిని మోసము చేసి అమ్మినారని అపవాదు వేసినారు. ఆ మీదట గృహదానము చేసినప్పుడు సమాన విలువ కలిగిన ఆస్తిన ఇచ్చి మార్చుకోవచ్చున్న నిబంధన ప్రకారము కోవెలకుంట్ల తాలూకా చిన్నకొప్పెర్ల గ్రామములో మిగిలిన తన స్వంత ఆస్తి పదిహేను ఎకరాల భూమిని దస్తావేజు నంబరు **123** తేదీ **22-01-1941** (అనుబంధము - **6** పేజి నం. **88**) ద్వారా రిజిష్టర్డు చేయించినారు. దీనిని అమ్మి ఆ సొమ్ము ఇల్లు కొన్న వారికి ఇచ్చే అవకాశం ఆవిధంగా కోల్పోయినారు ఇల్లు కొన్నవారు సంతృప్తి చెందక జిల్లా కోర్టు నందు ఒ.యస్. **113/1941** గా **09-04-41** నాడు వ్యాజ్యము దాఖలు చేసినారు. వారిని సంతృప్తి పరిచేదానికి వారు కోరిన విధంగా దస్తావేజు నెం.**1262** తేది : **24-08-1926** లో ఇచ్చిన గృహ దానాన్ని రద్దు పరుస్తూ కారణాలను స్వదస్తూరితో వ్రాసి రిజిష్టరు చేయబడ్డ దస్తావేజు నెం. **360** ఆఫ్ **1941** తేది : **07-01-1941** లో ఇలా తెలిపినారు. (నకలు అనుబంధము - **7** పేజి నం. **89** లో ఇవ్వబడింది)

నా నివాసము కొత్తపేట నుంచి నరసింహారావు పేటకు మార్చినందున **1)** నాకు గాని, నా ఇంటి వారికి గాని గ్రంథాలయము అందుబాటులో లేనందున **2)** గ్రంథాలయము పని జరగని కాలంలో దానిని కాపాడుటకు వాచరు, అందులో కడుగుటకు, శుభ్రపరుచుటకు స్వీపరు మొదలగు సిబ్బందిని పోషించుటకు గ్రంథాలయమునకు ధనము లేనందున **3)** మున్సిపాలిటి వారు విధించు ఇంటి పన్ను, ట్యాపు రేటు పన్ను మొదలగునవి చెల్లించుటకు ధనము లేనందు వలన **4ఎ)** వీధి పిల్లలు గోడ పై నుండి బయలులోనికి

దిగి ఆటలాడుచూ అల్లరి చేయుచున్నందున 4బి) కొత్తపేట కంటే నరసింహారావుపేట మిక్కిలి విశాలముగాను, మిక్కిలి ఆరోగ్యకరముగాను, ఆహ్లాదమగు ప్రదేశం అగుట వలను 4సి) నరసింహారావుపేట సమీపంలో పాఠశాలలు, బాలుర వసతి గృహములు ఉద్యోగుల నివాసములు మొదలగునవి ఉండి ఉత్కృష్ఠ ప్రదేశముగా వున్నందున 4డి) కొన్ని వేళలందు వీధి బాలలు బయట ఉన్న కొళాయిని త్రిప్పి నీరు పారించి బురద, న్యూసెన్స్ చేయుచున్నందున 5) అభివృద్ధి చెందుతున్న గ్రంథాలయమునకు స్థలము చాలనందువలననూ 6) కాపురం లేని ఇల్లు అయినందున ఇంటి ముందు పెంటకుప్పలు మొదలగునవి పారవేయుచున్నందున 7) ఎవరికైనను కాపురం ఇచ్చుటకు అందులో వంట ఇల్లు పైఖానా వంటి వసతులు లేనందున ఎవరు బాడుగకు రానందున 8) ప్రత్యేక గ్రంథాలయ పాలకున్ని నియమించుటకు ద్రవ్యము లేనందున 9) గ్రంథాలయము పనిచేయు గంటలు సాయంత్రం 5 నుండి 7 గంటలు ఉన్నందున చీకటి కాలమందు, వర్షాకాల మందు అచ్చుటి పనులు విచారించుకొని ఇంటికి దూరము నుండి వచ్చుటకు కష్టముగా ఉన్నందున గృహ దానమును రద్దు పరుచుచున్నాను. చిన్నపిల్లల మాదిరి ఏకరవు పెట్టిన వివరములు కలత చెందిన మానసిక స్థితి తెలియజేస్తుంది.

వేంకటరామయ్యగారు తరచుగా అక్షరాస్యత వ్యాప్తి గురించి ఆలూరు, ఆదోని, ఆళ్ళగడ్డ మండలాలలో పర్యటించేవారు. పర్యటన కాలంలో రెండవ కూతురు పది సంవత్సరముల వయస్సు కలిగిన జానకికి పసరికల వ్యాధి వచ్చింది. చిన్న వ్యాధిగా భావించి పర్యటన కొనసాగించినారు. దురదృష్టవశాత్తు జానకి మరణించినది. వేంకటరామయ్య గారి భార్య పార్వతమ్మ మనస్తాపం చెంది కొన్ని నెలలలోనే మరణించినారు. అంతవరకు వేంకటరామయ్య గారి వ్యాపకాలు ధన వ్యయము పట్టించుకోని తల్లి తండ్రులు ఉద్యమం వ్యాధితో వేంకటరామయ్య బంధాల కతీతమవుతాడని భయపడి వేంకటరామయ్య గారి పునర్ వివాహానికి పట్టుపట్టి లక్ష్మిదేవమ్మ గారితో నిర్వహించినారు. వేంకటరామయ్య గారి పేరుతో ముచ్చుకోట ఆస్తులు ఉండి సర్వాధికారాలు ఉన్నా భూముల విక్రయాన్ని అనుమతించలేదు. ప్రపంచ యుద్ధాల కారణంగా

ధనం లభ్యత కఠినంగా వుండేది. సంపన్నుడైన వేంకటరామయ్య ధన పరంగా దిక్భుందనము చేయబడ్డాడు. వాజ్యము లోని న్యాయపరమైన విషయం దానమిచ్చినది విక్రయించ వచ్చునా అన్నది? దైవపరం చేసినది దైవము తిరిగి ఇచ్చుట వీలుకాదు. కాబట్టి మార్పు సాధ్యము కాదు ఇక్కడ దాన మిచ్చినవారు, గ్రహీత వ్యక్తి ఒక్కరే. వ్యాపకములు వేరు. దానములు ఇచ్చినది డ్యాకుమెంట్ నెం.**1024 / 1926** తేది : **12-07-1926** గా మరియు డ్యాకుమెంట్ నెం.**1262 / 1926** తేది : **24-08-1926** గా రిజిష్టరు కాబడినది. దానిలో దానవస్తువు మార్పునకు అవకాశము కల్పించబడినది. దానము చేయబడినది ప్రజా సంబంధము కలిగినది. జ్యూరి సభ్యులలో ముఖ్యులు కొన్నవారి ఆప్తులనే ప్రచారము ఉండింది.

కేసు పరిష్కారము కాకముందే వేంకటరామయ్య గారు తన నూతనగృహ నిర్మాణమునకు అనంత నాగన్నశెట్టి గారి వద్ద అప్పుచేసి వున్నందువలన, అది ఆసరాగ చేసుకొని అనంత నాగన్నశెట్టి గారిని పెద్ద మనిషిగా ఉంచుకొని, వీధి పంచాయతి ఏర్పాటు చేసి, ఇల్లు కొనడాన్ని రద్దు చేసేదానికి ప్రయత్నించినారు. సామాజికాభివృద్ధి కోసం పాటు పడేవారిని సమర్థించేవారు తక్కువ. అనంత నాగన్నశెట్టి అధ్యక్షత జరిగిన వీధి పంచాయతి తేది **22-11-1942** న జరిగింది. వీధికెక్కడము అవమానకరముగా భావించేవారు. సున్నిత మనస్కులకు అది శరాఘాతము. పంచాయతి నిర్ణయం ప్రకారము గత్యంతరం లేక వేంకటరామయ్య గారు కోర్టులో రాజీపడ్డట్టుగా తెలుపుకొని వడ్డీ అపరాధ రుసుముతో సహా దబ్బు కట్టి కేసును పరిష్కరించుకునేదానికి ఏర్పాటు చేసుకున్నారు. కానీ ఈ వ్యవహారములో వేంకటరామయ్య గారు గ్రంథాలయము కొరకు కలలు కని కట్టించిన ఇల్లు దస్తావేజు నంబరు **828** ఆఫ్ **1942** తేదీ లో వివరించిన విధంగా అమ్మవలసి వచ్చింది (నకలు అనుబంధం - **8** పేజి నం. **90-91** లో ఇవ్వబడింది). దస్తావేజును పరిశీలిస్తే అనంత నాగన్నశెట్టి గారి బాకీ మొత్తము, వాజ్యము కారణంగా కోర్టులో చెల్లించిన చెల్లించవలసినది రూ.**3400** లు మాత్రమే. తదుపరి దానమిచ్చిన భూమి విలువ, కొని వాపసు ఇవ్వమని కోరినందున కోర్టులో కట్టవలసిన పైకమునకు సమానము.

నిట్టూరు రామస్వామి, డా. బి. సంజీవరావు గార్లకు ఇచ్చినది రూ. **4500/-** వారిద్దరు వేంకటరామయ్య గారికి సమీప బంధువులు సంపన్నులు సామాజిక భావనలు ఉన్నవారు. వేంకటరామయ్య స్థితి తెలిసినవారు. కొన్ని మాసముల వ్యవధి ఇచ్చిన దానివల్ల ఇబ్బంది లేనివారు. (ఇంటికి సరైన ధర ఏర్పాటుగా కూడా ఇది కల్పించబడి ఉండవచ్చును) మొత్తము వివాదము కొత్త ఇంటిని తక్కువ ధరకు వేంకటరామయ్య గారిని ఇరుకున పెట్టి తీసుకోవాలన్న దురుద్ధేశ్యము వ్యక్తమవుతుంది. అనంత కొండయ్య గారు ఆ ఇంటిని ఎక్కువ కాలము నిలుపుకోలేదు. వారి కుటుంబము ఈనాటికి ప్రజల జ్ఞాపకాలలో ఉన్నారు.

ఆ ఇల్లు అప్పటి మునిసిపల్ నంబరు **43-91** కలిగి **540** చ.గ. విస్తీర్ణంతో ఉన్న రెండస్తుల భవనము. ఇప్పుడు మాజీ ఉప ముఖ్యమంత్రి కె.ఇ. క్రిష్ణమూర్తి గారు నివసించుచున్న ఇల్లు.

ఇంతకు మునుపు వివరించినట్లుగా ఆంధ్ర గ్రంథాలయము **1935** నుండి ఇప్పటి **43/92** మరియు **43/93** నెంబర్లు గల ఇంటిలో నిర్వహింపబడినది. ఆ ఇంటి వెనుక భాగంలో కాపురముండే వేంకటరామయ్య గారు ముందర భాగాన్ని గ్రంథాలయ నిర్వహణకు అనువుగా పూర్తి చేసుకున్నారు. **1979** తరువాత ఆ ఇంటిలో కొన్ని దినాలు ఎంప్లాయిమెంట్ ఎక్చేంజ్ తదుపరి ప్రైవేట్ హాస్టలు, బరోడా బ్యాంక్ తదుపరి తెలుగుదేశం కార్యాలయం వుండేవి. ప్రస్తుతము కాపురాలు వుంటున్నాయి. ఇంటి విస్తీర్ణం **540** చదరపు గజాలు, భవన విస్తీర్ణం **3100** చదరపు అడుగులు. దానిలో రెండు విభాగాలు ఉండేవి.

మొదటిది ఉచిత పఠన మందిరము :

దాదాపు **15** మంది కూర్చొని చదువుకొనేదానికి అనుగుణంగా బల్లలు, బెంచీలు ఏర్పరచి వుండేవి. మూడు ఆంగ్ల పత్రికలు అన్నీ తెలుగు దిన పత్రికలు, స్వాతంత్ర్యం తరువాత గ్రంథాలయాలకు ఉచితంగా పంపబడే కేంద్ర మరియు రాష్ట్ర సమాచార శాఖలు సరఫరా చేసే పుస్తకాలు ఉంచబడేవి.

ఇది ఉదయం 7 గం॥ నుండి సాయంకాలం 7 గం॥ వరకు పనిచేస్తూ భోజన విరామం మధ్యాహ్నం 1 గం॥ నుండి 3 గం॥ వరకు కలిగి వుండేది.

రెండవది పుస్తక విభాగము :

సాయంత్రం 5 గంటల నుండి 7 గంటల వరకు పనిచేసేది. దీనిలో పుస్తకాలు చదువరులు చీటి వ్రాసి ఇస్తే వేంకటరామయ్య గారు స్వయంగా వెతికి తెచ్చి యిచ్చేవారు. చదువరులకు పుస్తకాలు ర్యాకులు లేక బీరువాల నుండి స్వయంగా తీసుకునే వీలువుండేది కాదు. అక్కడే కూర్చొని చదివేవారికి రుసుము లేదు. ఇంటికి తీసుకొని వెళ్ళేవారికి రెండు రూపాయల డిపాజిట్, ఒక రూపాయి నెల చందా చెల్లించవలసి వుండేది. అక్కడే చదువుకొనటానికి ఎక్కువగా స్కూల్ పిల్లలు వచ్చేవారు. వారికి రెండు మూడు కాపీలు చందమామ, బాలమిత్ర, బాలల వంటి పుస్తకాలు తెప్పించేవారు. చిన్న పిల్లలలో చదివే అలవాటు పెంచేదానికి తగిన చర్యలు తీసుకొనేవారు. ఇంటికి పుస్తకాలు తీసుకెళ్ళే వారిలో రెండు రకాల చదువరులుండేవారు. సులభ పాఠకులు ఆంధ్రపత్రిక, ఆంధ్రప్రభ, ఆంధ్రజ్యోతి వంటి వార పత్రికలు నవలలు కోరేవారు. రెండవ రకం వారు నిశితంగా అధ్యయనం చేసేవారు. సాహిత్యాభిలాషులు భారతి వంటి మాస పత్రికలు పద్య, గద్య, నాటికలు కోరేవారు. ఉద్యోగాల వేటలో వుండేవారు ప్రత్యేకమైన పుస్తకాలు అడిగేవారు.

1953లో ప్రభుత్వం తరపున కేంద్ర గ్రంథాలయం తెరువబడే వరకు ఆంధ్రగ్రంథాలయమే చదువరుల అవసరాలు తీర్చేది. రెఫరెన్సు పుస్తకములు ప్రత్యేకించి ఉండేవి. వాటిని ఇంటికి ఇచ్చేవారు కారు. స్వాతంత్ర్యం తరువాత అందుబాటులో లేని పుస్తకాలను ఆంధ్రగ్రంథాలయము నుండి తీసుకెళ్లి ప్రచురణ కర్తలు ముద్రించేవారు.

స్వయంగా గ్రంథాలయాన్ని కార్యనిర్వహకుడు నిర్వహించేటప్పుడు పని భారం ఎక్కువగా వుంటుంది. పుస్తకాలు నలుగురు చేతుల్లో నలుపబడుతాయి. పలుమార్లు వాటికి మరమత్తులు చేయవలసి వస్తుంది.

కొత్తగా వచ్చిన ప్రతి పుస్తకానికి వేంకటరామయ్య గారు తగిన అట్ట వేసి గట్టి దారంతో కుట్టి భద్రపరిచేవారు. ప్రతిదినము తిరిగి ఇవ్వబడిన పుస్తకాలు పరిశీలించి తగిన మరమత్తులు చేసి వాటిని వుంచవలసిన స్థానంలో వుంచేవారు. గ్రంథాలయంలోని పుస్తకాలను ఇరవై విభాగాలుగా గుర్తించి నారు. పురాణాలు, నవలలు, చరిత్ర, గణితం, వ్యాకరణం మొదలైనవి కొన్ని విభాగాలు.

గ్రంథాలయ నిర్వహణ ఖర్చుతో కూడుకున్నది. ఒక కుటుంబం నిర్వహించడము ఎల్లప్పుడు సాధ్యం కాదు. **1975** కు ముందు ఇంటికి వార్తాపత్రికలు తెప్పించుకోవడం అనవసరమైన ఖర్చుగా భావించేవారు. చాలా మంది ప్రభుత్వం బహిరంగ ప్రదేశాలు పార్కులలో అమర్చబడిన రేడియో వార్తలతో సరిపెట్టుకొనేవారు. ఉచిత పఠన మందిరాలు, కార్యాలయాలలో తెప్పించబడే పత్రికలు కొంత మందికి ఉపయోగపడేవి. నర్సింగరావుపేట వంటి విజ్ఞానానికి, సంపదకు పేరు పొందిన వారు నివసించే కాలనీలో కూడా దిన పత్రికలు, వార పత్రికలు చాలా కొద్దిమంది మాత్రమే తెప్పించేవారు.

ప్రభుత్వేతర గ్రంథాలయ నిర్వాహకులు సాంవత్సరిక నివేధికలు తయారు చేసేవారు. అవి త్రైమాసిక, మాస గ్రంథాలయ సర్వస్వము పత్రికలలో ప్రచురించేవారు. **1952-1953, 1953-1954, 1954-1955** లో ప్రచురించబడిన వివరములు లభ్యయినాయి. అవి ఈ విధంగా ఉన్నాయి. గ్రంథాలయ సర్వస్వములో వేంకటరామయ్య గారు పంపించిన ఆంధ్రగ్రంథాలయ నివేదిక ఈ క్రింది విధంగా ప్రచురితమైనది.

గ్రంథాలయ నివేదికలు :

ఆంధ్ర గ్రంథాలయము, కర్నూలు : **1952-53** వ సం॥ వార్షిక నివేదిక మాకు చేరినది.

చందా చెల్లింపబడిన నియమిత కాలంలో ప్రచురింపబడు :-

మాసపత్రికలు–14, వారపత్రికలు–3, దిన వార్తా పత్రికలు–5. దీని ఉచిత పఠన మందిరం ఉదయం 7 గంటల నుండి సాయంత్రం 7 గంటల వరకు పనిచేసినది. ఉచిత పఠన మందిరమును ఉపయోగించిన పాఠకులు సరాసరిన 72. గ్రంథాలయమున సగటున పాఠకులకు ఇవ్వబడిన పుస్తకములు 64. వాటిలో గ్రంథాలయమున చదివినవి 39, ఇంటికి ఇవ్వబడినవి 25. చందాదారుల నుండి వసూలైన మొత్తము రూ. 181. అణా 11. పై 6. గ్రంథాలయ కార్యనిర్వాహకుని విరాళము రూ॥ 387–11–0.

ఖర్చు :– వార్తా పత్రికలకు రూ. 176 అణా 2 పై 0.

మాస, వార పత్రికలు :–186 అణా 4పై 0.

పుస్తకముల ఖరీదు :– రూ123 అణా5 పై 6.

కరెంటు ఖర్చు :– రూ. 46 అణా4 పై 0.

సహాయకుని వేతనము :– రూ. 36 అణా8 పై 0.

ఆంధ్ర గ్రంథాలయము, కర్నూలు : 1953–54 వ సం॥ వార్షిక నివేదిక :–

దీని మొత్తము గ్రంథములు 5625. దీని పఠన మందిరం ఉదయం 7 గంటల నుండి సాయంత్రం 7 గంటల వరకు పనిచేసినది. గ్రంథాలయమునకు దినమునకు సరాసరి హాజరైన ప్రేక్షకులు 82 మంది. దినము మార్చి దినము పుస్తకముల నిండ్ల కిచ్చుచూ, దినము మార్చి దినము గ్రంథాలయములో పుస్తకములను చదువుకొనుట కిచ్చుచూ వచ్చిరి. దీని ప్రకారము గ్రంథాలయ పుస్తకములలో ఉపయోగమునకు వచ్చిన పుస్తకముల సంఖ్య దినమునకు సరాసరి 34. దీనికైన సాలుసరి ఖర్చు రూ॥ 574–6–9. ఈ మొత్తములో గ్రంథాలయ కార్యనిర్వాహకుడు యం. వేంకటరామయ్య గారి విరాళము రూ॥ 378–7–3.

1953 లో ఆంధ్ర గ్రంథాలయము నెల ఖర్చు 50 రూపాయలు. ఆ కాలంలో ఒక చిరు ప్రభుత్యోగి జీతంతో సమానం.

ఆంధ్ర గ్రంథాలయము, కర్నూలు 1954-55 వ సం॥ వార్షిక నివేదిక :-

గత 32 సంవత్సరముల నుండి ఈ గ్రంథాలయము వాఙ్మయోద్ధారక వేంకటరామయ్య గారిచే నిర్వహించ బడుచున్నది. మొత్తము పుస్తకములు 5658 ఉచిత పఠన మందిరము ఉ॥ 7 గం. నుండి సా॥ 7 గం. వరకు పనిచేయును. చందా చెల్లింపబడిన నియమిత కాలంలో ప్రచురింపబడు :- త్రైమాసిక పత్రికలు - 8, మాసపత్రికలు -12 , వారపత్రికలు - 3, దిన వార్తాపత్రికలు - 5.

గ్రంథాలయము పుస్తకముల విభాగము :- సా॥ 5.30 నుండి 7.00 గం॥ వరకు పని చేసినది. సరి దినములందు పుస్తకములు ఇంటికి తీసికొని పోవుటకు, బేసి దినము లందు గ్రంథాలయము నందే చదువుటకు వీలు కల్పించబడినది. ఈ విధమున సగటున 177 దినములలో 21 (2 ఆంగ్లము) పుస్తకములు ఇంటిలో చదువుటకు తీసుకపోబడినవి. 181 దినములలో సగటున 45 (5 ఆంగ్లము) పుస్తకములు గ్రంథాలయములోనే చదువబడినవి.

చందాల ద్వారా సమకూరిన మొత్తము రూ. 289 అణా 4 పై 0.

వేంకటరామయ్యగారు సమకూర్చినది రూ. 406 అణా 7 పై 0.

ఖర్చు వివరాలు :-

పుస్తకములు, వార్తా పత్రికలు :- రూ. 343 అణా 1 పై 0.

వేతనములు :- రూ. 177 అణా 5 పై 0.

కరెంటు :- రూ. 46 అణా 4 పై 0.

మొత్తము రూ. 645 అణా 11 పై 0.

1952 నుండి 1955 వరకు వెంకటరామయ్య గారు సగటున నెలకు ఖర్చు పెట్టినది రూ. 40. ఆ కాలంలో నాల్గవస్థాయి ప్రభుత్వ ఉద్యోగి జీతము. బంగారు ధర రూ. 73 నుండి రూ. 91 వరకు ఉండినది.

అధ్యాయము - 9

వేంకటరామయ్య గారు ఉపాధ్యాయుడిగా పదవీ విరమణ తదుపరి గ్రంథాలయ సేవ

వేంకటరామయ్య గారు 29-7-1955 కోల్సు హైస్కూలులో ఉపాధ్యాయ పదవీ విరమణ చేసినారు.

ఆదర్శతపస్వి శ్రీవాఙ్మయోద్ధారక యం. వేంకటరామయ్య గారికి ఉద్యోగ విరమణ సందర్భమున వీడ్కోలు.

శా॥ *శ్రీ వాణీనట నాగ్రరంగముగ నోలిన్ లోకముంజేసి వా*
ణీనిస్రంభ విశేషపాత్ర మగువానిన్ బుత్రుఁగామన్ని వా
గ్దేవిన్ రంజిలఁజేయుస్రష్ట విధిగాదీర్ఘాయు రారోగ్య ర
క్షావిఖ్యాతులోసంగి ప్రోచుతను వేంకట్రామ యార్యా! మిమ్ము

ఉ॥ *చాలుగ నిందు నున్నతపుఁ జదువుముగించియు లీలగాఁగళా*
శాలను మెట్టివచ్చి యిటఁ జక్కని యొజ్జగ ముప్ప దేడు వ
ర్షాలుగ నుండి యందఱి ప్రశంసలనందితి రింతెగాక గ్రం
థాలయ మొండు నిల్పితి రహో! భవదున్నతి నెన్న శక్యమా!

ఉ॥ *ఖాయమగా పచింతుము ముఖస్తతి గాదిది, కార్యదీక్ష, య*
న్యాయము లేని వృత్తి మనయాంధ్రతఁ జాటెడు వేషభాషలున్
సాయముసేయు శీలమల సత్వ మెఱుంగని యత్న మిట్లు పా
ధ్యాయ గుణంబులెల్లఁ దమయందె వసించెను సద్గురూ త్తమా!

సీ॥ *ఆంధ్రాంగ్ల చిత్రకళాది పాఠావళి*
బోధనశక్తి కుప్పొంగి యేమొ !
ప్రభుభక్తి, స్వవిధి నిర్వహణ, వత్సలతాది
సుగుణంబులకుఁ గడుఁజొక్కి యేమొ!
మానవాభ్యుదయ నిదాన సత్పోకల
క్షణపూర్ణ తను గాంచి తనిసి యేమొ!
బహువర్షకృత బాలభట సంఘ నిస్తుల కార్యకలాపంబుఁగాంచి యేమొ!

కే॥గీ॥ తమరు పదవిని విరమించు తరుణ మందు
హర్షి, గిప్సను, పాఠశాలాధినేత
యాంధ్ర మర్యాద నూట పదార్థ చేత
సత్కరించెను మిము, నెంత సంతసమ్ము !!!

మ॥ మిము వీడ్కో మనసొప్పదైన విధిలేమింజేసి వీడ్కొందు మీ
సమయుంబం దయినన్ మమత్వమది యీ షష్ఠైన లోపింపబో
దు మహా బుద్ధులయందు నెప్పుడు, జనస్తుత్యా! యుపాధ్యాయ స
త్తమ! శ్రీ వేంకటరామ యార్య! నయవిత్తా! వాఙ్మయోద్ధారకా!!!

రచన : విద్వాన్ దేవరకొండ వేంకట నరసింహశర్మ

పదవి విరమణ చేసిన తరువాత వేంకటరామయ్య గారు ఇల్లు వదిలే వారు కాదు. ఉదయం 4 గం॥లకు లేచి కాలకృత్యాల అనంతరం గ్రంథాలయంలో కూర్చొని ఒక గంట సేపు శ్రీ రంగనాథ రామాయణాన్ని గట్టిగా రాగయుక్తంగా చదివేవారు, వారు చదవడం చుట్టు ప్రక్కల ఇండ్లకు వినపడేది. వారు త్రికాలాలలో సంధ్యావందనం చేసేవారు. మిగిలిన సమయం గ్రంథాలయంలోనే గడిపేవారు. పుస్తకాలను కనీసం రెండు నెలలకు ఒకసారైనా దుమ్ము దులిపేవారు. కొత్తపేట, నరసింగరావుపేటలలో చెదలు ఒక పెద్ద తలనొప్పి వెంటనే గుర్తించకపోతే చాలా పుస్తకాలు పనికి రాకుండా పోతాయి. మధ్యాహ్నం విశ్రాంతికి భోజనాదులకు తప్పితే ఇంట్లోకి వచ్చేది అతిథుల గురించే. ఆ కాలంలో చాలా మంది ఉద్యమకారులకు విశాలమైన వారి ఇల్లు ఆశ్రయం ఇచ్చేది. స్వాతంత్ర్యానికి ముందు వయోజన విద్యా కార్యక్రమాలు, బాల భట కార్యక్రమాలు గ్రంథాలయ ఉద్యమంలో భాగంగా నిర్వర్తింప బడేవి. ఆ కార్యక్రమానికి సంబంధించిన కార్యకర్తలు స్వాతంత్ర్యం తరువాత కూడా వేంకటరామయ్య గారి సూచనల కోసం వారిని కలిసేవారు.

వేంకటరామయ్య గారు స్కూలు ఫీజు కట్టలేని విద్యార్థులు సహాయం అర్థిస్తే కొన్ని గ్రంథాలయ బుక్కులకు అట్టలు వేయించుకొని స్కూలు ఫీజు కట్టేవారు. ఏపనైనా గౌరవ ప్రదమని జ్ఞాపకం చేసేవారు. ఆ కాలంలో కొంతమంది ఫీజులు కట్టలేక పుస్తకాలు కొనలేక చదువు మానుకొనేవారు.

1958 వ సంవత్సరము కర్నూలు ఆంధ్ర గ్రంథాలయ నివేదిక గ్రంథాలయ సర్వస్వములో ఈ విధంగా ప్రచురితమైనది. ఈ వివరాలు కర్నూలు కేంద్ర గ్రంథాలయములో తుంగభద్ర వరదలకు పూర్వం సేకరించబడినవి.

గ్రంథాలయ సర్వస్వము 1958 - వార్షికోత్సవములు వగైరా

కర్నూలులోని ఆంధ్ర గ్రంథాలయం **36** వ వార్షికోత్సవం **2-8-1958** శనివారము సాయంకాలము **5** గంటలకు కోల్సు మెమోరియల్ హైస్కూలు సమావేశ మందిరమలో జరిగింది. కర్నూలు పురపాలక సంఘాధ్యక్షులు, జనాబ్ మహబూబ్ అలీఖాన్, ఎం.ఎల్.ఏ, గారి అధ్యక్షత క్రింద జరిగెను. ప్రార్థనానంతరము, విద్యార్థులకు భాగవతములోని పద్యములను వల్లించుటములో పోటీలు జరిపి బహుమతులను పంచడమైనది.

గ్రంథాలయ కార్యనిర్వాహకుని భూముల సేద్యము విచారించుచు, పంటలనమ్మి ధనము పంపుచు వారి పనికి తోడ్పడు చుండిన వారి సోదరి మరణమునకు కృతజ్ఞతాశ్రుధారలను శ్రీ డి.వి.నరసింహశర్మ గారు చదివి వినిపించిరి.

ప్రథమము నుండి గ్రంథాలయ చరిత్రను సంగ్రహము దెలుపుచు వార్షిక నివేదకను కార్యనిర్వాహకుడు వినిపించెను.

మునిసిపల్ హైస్కూలు రిటైర్డు ప్రధానోపాధ్యాయులకు శ్రీ కె.యన్. పశుపతి, బి.ఏ.,యల్. గారు నిస్వార్థ త్యాగబుద్ధితోను, నిరాడంబరము తోను గ్రంథాలయ సేవచేయుచుండిన కార్యనిర్వాహకుని మిగుల ప్రశంసించిరి. వట్టిమాటలు ప్రశంస చాలదనియూ, వెయ్యి రూపాయల వెలచేయు ఒక బీరువా పుస్తకములు ఆంధ్రాంగ్ల భాషలో బహుకరించుటకు ప్రయత్నములు జరిపెదమనియు వారు నుడివిరి.

అధ్యక్షులు ప్రసంగించుచు, కర్నూలే కాదు, రాయలసీమ కూడా ఈ గ్రంథాలయ మున్నదని గర్వపడవలసిదే అని చెప్పి శ్రీ పశుపతి గారి వాగ్ధానమును సమర్థించుచూ తాముకూడ తప్పక ఈ విషయమున తోడ్పడెద మనిరి. గ్రంథాలయ పక్షమున నిర్వహింప బడుచున్న ఉచిత పఠన మందిరమును కొనియాడుచు, అచ్చట ప్రజలు ఉచిత విషయములను నేర్చుకొనుటకే కాక, ఇతరుల కష్టములు తెలుసుకొని వారికి తగు సహాయమును చేయుటకును అవకాశమిచ్చుచున్నదనిరి. గ్రంథాలయ పాలకుడును కార్యనిర్వాహకుడునగు యం.వేంకటరామయ్య గారికి భగవంతుడు ఆయురారోగ్యముల నొసగి, ఈ సేవను చాల కాలము చేయదానికి నిర్వహించుగాక యని నుడువుచు అధ్యక్షులు తమ యుపన్యాసమును ముగించిరి.

అధ్యక్షులకును సభావారికిని, సమావేశముకు భవనమునుపయోగింప అనుమతిని ప్రసాదించిన రెవరెండు టి.గిప్సను దొర గారికిని వందనములు సమర్పించుటతోను జాతీయగీతము పాడుటతోను సభ ముగిసెను.

పాక్షిక స్వతంత్ర పాలన కలిగిన రోజులలో గ్రంథాలయాలకు కొద్దిగా ధన సహాయం ఇచ్చే దానికి ప్రయత్నాలు జరిగినవి. వేంకటరామయ్యగారు అటువంటి సహాయాన్ని స్వీకరించలేదు. స్వేచ్ఛకు గ్రాంటులు, తనిఖీలు భంగకరమని భావించి నిరాకరించి వుండవచ్చు.

వేటపాలెం వంటి చిన్న గ్రామంలో ప్రఖ్యాత "సారస్వత నికేతనం" వంటి గ్రంథాలయాల మనుగడకు అప్పటినుండి ఇవ్వబడుతున్న ప్రభుత్వ విరాళం, స్థానికుల ఔదార్యం, నిర్వాహకుల అవగాహన, దీక్ష కారణం. ఆంధ్రప్రదేశ్‌లో అరుదైన కొన్ని గ్రంథాలయాలు ఇప్పటికి ఆవిధంగా కార్యక్రమాలు సాగిస్తున్నాయి. పాక్షిక స్వపరిపాలన వచ్చిన తరువాత నాయకులు ఉద్యమాన్ని దేశ స్దితిగతుల కనుగుణంగా మార్పు చేసినారు. గ్రంథాలయ మన్నది ఒకవ్యక్తి, సమాజంలోని కొందరు స్వాతంత్ర్యం వచ్చిన తరువాత కూడా నిర్వహించడం సాధ్యము కాదు. సహజంగా స్వతంత్రభావాలు కలిగినందువల్ల, గ్రంథాలయ ఉద్యమంలో ప్రముఖ భాగస్వామి అయినా, ఉద్యమ నాయకుల సలహా సున్నితముగా త్రోసిపుచ్చడము వల్ల క్రమంగా

ఉద్యమ నాయకులు వేంకటరామయ్య గారి వయస్సుకు ఆదర్శాలకు గౌరవమిచ్చి వూరుకొనేవారు. ఇల్లు వదలి వెళ్ళని కారణాన వేంకటరామయ్య గారు రాష్ట్ర గ్రంథాలయ కార్యక్రమాలకు దూరమైనారు. తొలుత స్ఫూర్తి నిచ్చిన అనుభవం ఉన్న అమెరికా కోల్సు యాజమన్యం తమ కార్యకలాపాలు భారతదేశంలో నిలుపుదల చేసినందున వారికి మార్గదర్శనం కాలేక పోయింది, వారికి సర్ది చెప్పగలిగిన గొప్పవారు వత్తిడి చేయలేదని కూడా భావించవచ్చు.

విచారింపదగిన మరో కారణము గ్రంథాలయ సర్వస్వము **4-1959** వ సంచిక సంపాదకీయంలో గ్రంథాలయ ఉద్యమ ప్రముఖ నాయకుడు పాతూరి నాగభూషణం గారు ఉద్యమంలోని అనూహ్య మలుపుల గురించి ప్రస్తావించారు. క్లుప్తంగా వారి భావన :- విదేశీ పరిపాలనలో వారి పాలనకు ఆటంకము కలుగకూడదని విద్యావ్యాప్తికి పూర్తిగా తోడ్పడలేదు. ప్రజాసంక్షేమ కార్యక్రమాలను అనుమానించేవారు. పాలకులు గ్రంథాలయోద్యమానికి సహకరించలేదు. తెలివైన, ధృఢచిత్తులైన కార్యకర్తలు ముందుకు వచ్చి, వారి బాధ్యతగా భావించి దేశసేవ చేసినారు. వారి పరిశ్రమ గ్రంథాలయ ఉద్యమం ఇరవైయవ శతాబ్ధి మొదలుకొని స్వాతంత్ర్య సిద్ధి వరకు సత్ఫలితాలు చేకూర్చింది. ఉద్యమము బాషాభివృద్ధికి జాతీయ భావాలు పెంపొందించేదానికి, ఆర్థిక సామాజిక పరిస్థితుల అవగాహనకు తోడ్పడింది. ఉద్యమము స్వీయభావనలచే ఉత్సహవంతులైన పౌరుల కృషివల్ల దేశమంతటా విస్తరించింది.

స్వాతంత్ర్యము తరువాత పౌరుల దృక్పథంలో అనూహ్య మార్పులు చోటు చేసుకొన్నాయి. వారు స్థాపించిన సంస్థలపై శ్రద్ధ తగ్గి తమ స్వీయాభివృధికి మాత్రమే పాటు పడసాగినారు. ప్రభుత్వముచే తాము స్థాపించిన సంస్థల బాధ్యత అని భావించసాగారు.

ప్రభుత్వము అసంఖ్యామైన బాధ్యతల కారణంగా న్యాయము చేయలేక పోయింది. చాలా కార్యక్రమాలు ధనాభావము వల్ల నిలిచిపోయాయి. గ్రంథాలయ ఉద్యమములో ప్రభవించిన సంస్థలు, రూపొందిన వ్యవస్థలు ఎక్కువగా దెబ్బతిన్నాయి. గ్రంథాలయ చట్టాలను ప్రభుత్వము ఆమోదించింది. అవి ప్రభుత్వేతర స్వేఛ్ఛాపూరక సంస్థలచే నిర్వహింపబడు గ్రంథాలయాల

ఆర్థికభారము తగ్గించేదానికి ఉద్దేశింపబడినవి. సమయానికి ధనము విడుదల కాలేదు. విడుదల అయినప్పుడు తక్కువగావుండి సరిపోయేటివి కాదు. కార్యకర్తలు బాధ్యతను ప్రభుత్వముపై వదలినారు. గ్రంథాలయ ఉద్యమ ప్రగతి పూర్తిగా దెబ్బతినసాగింది.

ఆంధ్రగ్రంథాలయ సంస్థ జిల్లా కమిటీలు **1959**లో ఏర్పరచినారు. ఈ కమిటీ ఎర్పాటుకు సమావేశము కర్నూలు ఆంధ్రగ్రంథాలయములో **29-11-1959** న కార్యదర్శి పాతూరి నాగభూషణం గారి అధ్యక్షతన జరిగింది.

పంతొమ్మిది వందల యాభైవ దశకం చివరలో బాలలకు నర్సింగరావుపేటలో గ్రంథాలయమును ఏర్పాటు చేయడానికి ప్రయత్నం జరిగింది. ఆ సమయంలో సంచాలకుల వారు "గ్రంథాలయాన్ని మాకు అప్పచెప్పండి మీ పేరు పెడతాము, మీ ఇంటికి అద్దె చెల్లిస్తాము, మాకు వేరే బాలల గ్రంథాలయం నడిపే అవసరం వుండదు" అని తెలిపినా వేంకటరామయ్య గారు దానికి ఇష్టపడలేదు. వేంకటరామయ్య గారు పూర్తిగా ఒక విషయాన్ని గురించి ఆలోచించిన తరువాత నిర్ణయం తీసుకొనే వారు. తీసుకున్న నిర్ణయాన్ని మార్చుకునే వారు కాదు.

1960లో ఆంధ్రప్రదేశ్ గ్రంథాలయ సంఘానికి సంబంధించి కర్నూలు జిల్లా శాఖకు నేతృత్వం వహించిన ముచ్చుకోట వేంకటరామయ్య గారు, గ్రంథాలయ చట్టం ఏర్పడిన తరువాత కూడా జిల్లా గ్రంథాలయ సభ్యులుగా సేవలందించినారు.

1960 వ దశకం మొదట్లో శ్రీ వేంకటరామయ్య గారికి కంటిచూపు మందగించింది. భూతద్దంతో చదివేవారు. పిల్లలు పెద్దవారు కావడం వల్ల ఖర్చులు పెరిగాయి. ముచ్చుకోటలో ఉండి భూముల వరంబడిని పంపిస్తున్న సిద్ధిరాజు వెంకమ్మ గారు మరణించినారు. రాబడి తగ్గింది. భూములు అమ్మడము మొదలైంది. అదే కాలంలో తక్కువ ఖరీదు గల పేపర్లో విరివిగా చిన్నపుస్తకాలు సన్నని ప్రింటుతో డిటెక్టివ్ సాహిత్యంగా మొదలైంది. ఇండియన్ ఎక్స్‌ప్రెస్, ఆంధ్రప్రభ వంటి దిన వార పత్రికలకు స్థానిక అమ్మకపుదారుగా ఉండిన భీమయ్య గారు డిటెక్టివ్ సాహిత్య పుస్తకాల స్థానిక అమ్మకపుదారుగా

కూడా వ్యవహరించేవారు. ధనం అందుబాటులో ఉన్నందున పాఠకులు కోరే బుక్కులు ఎక్కువగా తెప్పించేవారు. ఆవిధంగా డిటెక్టివ్ సాహిత్యం గ్రంథాలయంలో చోటు చేసుకుంది. కుటుంబ సభ్యులు వాటిని ఖరీదు చేసేదాన్ని వారించే దానికి ప్రయత్నించినా పాఠకులు కోరేది తెప్పించవలెనన్న చింతన, కుటుంబ సభ్యులు ఖర్చును వ్యతిరేకిస్తున్నారన్న భావనతో పుస్తకములు కొనేది నిలుపుదల చేయలేదు. ఆ కాలంలో ప్రభుత్వ గ్రంథాలయాలలో కూడా ఇటువంటి పుస్తకాలు సేకరించబడేవి. చాలా కాలం తరువాత అవి నిషేదించబడ్డాయి. ఆంధ్రగ్రంథాలయము 41వ వార్షికోత్సవము 1965 ఆగష్టున అంధ్రగ్రంథాలయ పరిసరాల్లో జరిగింది. ఆశువుగా వేంకటరామయ్య గారి సహోయోపాధ్యాయులు చెప్పిన డి. నరశింహ శర్మ గారు చెప్పిన పద్యము అనుబంధం 2E పేజి నం. 80 లో ఇవ్వబడింది.

వేంకటరామయ్య గారి సేవలకు గుర్తింపుగా ప్రచురింపబడిన కొన్ని విషయములు.

వేంకటరామయ్య గారు స్వయంగా వారు స్వాతంత్ర్యానికి ముందు 24 సంవత్సరాలు స్వాతంత్ర్యము తరువాత 25 సంవత్సరాలు గ్రంథాలయం నిర్వాహించినారు కాబట్టే గ్రంథాలయ నిర్వహణలో ఏ డిగ్రీ కాని సర్టిఫికేట్ కాని లేకపోయినా గ్రంథాలయాలలో ఏ పదవి నిర్వహించక పోయినా వారి మాదిరి సేవ చేసినవారు చాలా అరుదు కాబట్టి. ఆంధ్రగ్రంథాలయం పేరు 1967-68 లో ప్రచురింపబడ్డ "భారతదేశ గ్రంథాలయ శాస్త్ర పురుషుడు మరియు గ్రంథాలయాలు", అన్న పుస్తకములో చోటుచేసుకున్నది. ఈ పుస్తకము వేటపాలెం గ్రంథాలయములో లభించింది.

MEN OF LIBRARY SCIENCE & LIBRARIES IN INDIA

Edited by : ***RAJ K. KHOSLA***

Associate Editor : ***M.K. GAUR***

1967

PREMIER PUBLISHERS (INDIA), POST BOX 2578, 9/6601, DEV NAGAR, KAROL BAGH, NEW DELHI - 5

Founded in 1923, the Library is being managed by a private body. The library practices closed access system and provides facilities to the public. Classification is done Subject – wise and Alphabetical and Classified Catalogues are maintained in Manuscript form.
Coverage : Literary and General Subjects.

వేంకటరామయ్య గురించిన వివరములు భారతదేశ పుస్తక వ్యాపారులు ప్రచురణ కర్తలు మరియు గ్రంథాలయ నిర్వాహకులు అని ప్రచురింపబడిన పుస్తకములో ఉదహరించబడింది.

DIRECTORY OF
BOOKSELLERS PUBLISHERS
LIBRARIES & LIBRARIANS IN INDIA
(Who's Who) Edited by
RAJ K. KHOSLA
1968-69
PREMIER PUBLISHERS (INDIA)
P.B. 2578, F-117 SUDARSHAN PARK,
NEW DELHI – 15**PREMIER PUBLISHERS (INDIA)**
P.B. 2578, F-117 SUDARSHAN PARK,
NEW DELHI – 15

VENKATARAMAIAH. M;
Manager and Librarian Andhra Grandhalayam, Kurnool; *b* 5 Oct 1894, Distt Anantapur; *Edn* Trained Teacher, Scout & Drawing Master Madras Univ; *Exp* Teacher-cum- Asst Librarian Coles High Schl, Kurnool 1918-55, *Hobb* Book mending & binding ; *Add* Manager, The Andhra Grandhalayam, 43-93- N.R.Pet, Kurnool (A.P.)

తిరుపతిలో **1969** సం॥లో జరిగిన గ్రంథాలయ స్వర్ణోత్సవ సభలో వేంకట్రామయ్య గారిని సత్కరించినారు. వివరాలు గ్రంథాలయ ప్రగతి (నాలుగవ భాగము) సంచికలో క్రింది విధంగా ప్రచురించినారు.

1969 డిసెంబర్ **27** నుండి **31** వరకు ఆంధ్రప్రదేశ్ గ్రంథాలయ సంఘ స్వర్ణోత్సవ సభ శ్రీ వేంకటేశ్వర విశ్వ విద్యాలయం ప్రాచ్యభాషా పరిశోధక సంస్థ డైరెక్టరు డా॥ జి.యన్. రెడ్డి గారు అధ్యక్షతను జరిగింది. విశ్వవిద్యాలయం లోని తెలుగుశాఖ రీడరు శ్రీ తిమ్మావఝ్జల కోదండ రామయ్య, గ్రంథాలయ సంఘం వారు ప్రచురించిన, గ్రంథాలయ ప్రగతి రెండవ భాగాన్ని ఆవిష్కరించి యందలి విశేషాలను సమీక్ష చేశారు. ప్రాచీన కాలం నుండి గ్రంథాలయాలు ప్రజల సాంఘిక జీవనంలో భాగంగా వున్నవని, బహు గ్రంథ పఠనం ద్వారానే 'అప్పకవీయం' వంటి గ్రంథాలు వ్రాయబడినవనీ శ్రీ డా॥ జి.యన్. రెడ్డి గారు తమ ప్రసంగంలో చెప్పారు.

ఈ సందర్భంగా గ్రంథాలయోద్యమంలో ప్రముఖ పాత్ర వహించిన పౌర గ్రంథాలయాల మాజీ డైరెక్టరు శ్రీ కె. రాఘవరెడ్డి గారిని, కడప జిల్లా గ్రంథాలయ సంస్థ ఛైర్మన్ శ్రీ ఆర్. రంగనాథం గారిని, నెల్లూరులోని వర్ధమాన సమాజపు గ్రంథ పాలకుడు శ్రీ యం.వి.సుబ్బారావు గారిని, కర్నూలు నందలి ఆంధ్ర గ్రంథాలయం నిర్వాహకులు శ్రీ యం.వేంకట్రామయ్య గార్లను ఆంధ్రప్రదేశ్ గ్రంథాలయ సంఘ జనకులు శ్రీ అయ్యంకి వెంకట రమణయ్య గారు సన్మానించారు.

4-4-1972 నాడు కీ॥శే॥ శ్రీ వేంకటరామయ్యగారు పరమపదము చెందినారు. వారి మరణ వార్తను గ్రంథాలయ సర్వస్వము ఆగష్టు **9, 1972** వ సంచికలో క్రింది విధంగా ప్రచురించినారు. ఇది సర్వోత్తమరావు గ్రంథాలయం విజయవాడ నుండి సేకరింపబడినది.

గ్రంథాలయ సర్వస్వము

ఆంధ్రప్రదేశ్ గ్రంథాలయ సంఘము - సర్వోత్తమ భవనము, విజయవాడ.

ఆంధ్ర గ్రంథాలయ స్థాపకుని అస్తమయం.

ఆంధ్రప్రదేశ్ లోని ప్రసిద్ధ గ్రంథాలయాలలో నొకటియగు కర్నూలు నందలి ఆంధ్ర గ్రంథాలయ స్థాపకులు శ్రీ ముచ్చుకోట వేంకటరామయ్య గారు **4-4-72** వ తేదీన స్వర్గస్థులైనారని తెలుపుటకు చింతించుచున్నాము.

జీవితాంతము వరకు వీరు తమ గ్రంథాలయాన్ని స్వయముగా తమ యింటిలో పెట్టుకొని నిర్వహించుటయే గాక, దీని పోషణ నిమిత్తం వీరు కొంత ఆస్తిని కూడ యేర్పాటు చేసినారు. వీరి జీవితము విలక్షణ మైనది. దైవం వీరి ఆత్మకు శాంతిని చేకూర్చుగాక! వీరి కుటుంబమునకు మా సానుభూతిని తెలుపుకొనుచున్నాము. - సంపాదకుడు.

క్రింది వివరాలు సారస్వత నికేతము గ్రంథాలయం, వేటపాలెంలో లభించినాయి.

G.O.M.S. No. 766 Education (E) Department Dt. 10-7-1979 ద్వారా వావిలాల గోపాలక్రిష్ణయ్య గారు అధ్యక్షులుగా, కోదాటి నారాయణరావు గారు ఆంధ్రప్రదేశ్ గ్రంథాలయ సంస్థ అధ్యక్షులు మరియు యం. బోజిరెడ్డి గారు హైదరాబాదు నగర గ్రంథాలయ సంస్థ అధ్యక్షులు. సంచాలకులు, ఆంధ్రప్రదేశ్ గ్రంథాలయాలు సభ్యులుగా ఏర్పాటు చేయబడిన కమిటి కర్నూలులోని ఆంధ్రగ్రంథాలయంతో సహా ఎంపిక చేసిన **24** గ్రంథాలయాలను సందర్శించి వాటికి ప్రభుత్వ ధన సహాయాన్ని మంజూరు చేసింది.

ఆ కమిటి **23-10-1978** లో కర్నూలు సందర్శించింది. వారు ఇచ్చిన నివేదిక వివరాలు :

To identify good and efficient Libraries the Committee visited the following Libraries in their tour:

1) Raja Raja Narendra Andhra Bhasha Nilayam, Warangal 2) Vysya Grandhalayam, Warangal 3) Vasavi Grandhalayam, Warangal.4) Saraswathi Jyothi Grandhalayam, Karim Nagar 5) Bapuji Vachanalayam, Nizamabad 6) Saraswathi Grandhalayam, Visakhapatnam 7) Sarada Grandhalayam, Anakapally 8) Gouri Grandhalayam, Anakapally 9) Gouthami Grandhalayam, Rajahmundry 10) Sri Velidandla Hanumantha Raya Grandhalayam, Vijayawada 11) Rama Mohana Free Library & Reading Room, Vijayawada 12) Vasavi Grandhalayam, Vijayawada 13) Ganesh Steel Traders Library, Samarangam Chowk, Vijayawada 14) Tikkana Grandhalayam, Guntur 15) Arya Vysya Yuvajana Grandhalayam, Ongole 16) Saraswathi Nekethanam, Vetapalem **17) Andhra Grandhalayam, Kurnool** 18) Vysya Mitra Grandhalayam, Narasaraopet 19) Progressive Union Library, Nellore 20) Tribal Library, Nellore 21) Sri Krishna Devaraya Andhra Bhasha Nilayam, Hyderabad 22) Marathi Granth Sangrahalaya, Sultan Bazar, Hyderabad 23) Shoeb Memorial Library, New Malakpet, Hyderabad 24) Bharat Guna Vardhak Samastha, Shalibanda, Hyderabad.

రాయలసీమలో ఆర్థిక సహాయానికి సిఫారసు చేయబడిన గ్రంథాలయం ఆంధ్ర గ్రంథాలయం ఒక్కటే ఆకాలానికే స్థాపించబడ్డ చాలా గ్రంథాలయాలు మూసివేసి, ప్రభుత్వపరం చేయబడ్డాయి. ఈ కమిటీ ఏర్పాటు చేయడం, వ్యక్తిగతంగా కొందరు సమాజ సభ్యుల పరంగా ఏర్పాటు చేయబడ్డ గ్రంథాలయాలను కొనసాగించేందుకు చేయబడిన ఆఖరి ప్రయత్నం. కానీ ఆ సహాయాన్ని స్వీకరించే స్థితిలో వేంకటరామయ్య గారి కుటుంబము ఉండలేదు.

వేంకటరామయ్య గారు మరణించిన తరువాత ఆంధ్ర గ్రంథాలయాన్ని **1979** వరకు వారి పెద్ద కుమారుడు యం.వి.చలపతి, కూతురు శ్రీమతి సరస్వతమ్మ గారి కుమారుడు వై. శ్రీనివాస రావు, ధరణి శ్యామసుందర రావు కుమారుడు వినయ్ భూషణ్ సహాయంతో నిర్వహించినారు. **1982** వ సంవత్సరం మే నెలలో ఆస్తి పంపకాలు జరిగినాయి. **1990** లో **43/92, 43/93** గల ఇండ్లు అమ్మబడ్డాయి.

వేంకటరామయ్య గారిని చూసినవారు, కర్నూలు ఆంధ్రగ్రంథాలయాన్ని ఉపయోగించుకున్నవారు 2012 లో వ్యక్తం చేసిన భావనలు

తాతగారికి దౌహిత్రుని నివాళి

మాతాత గారికి నేనంటే వల్లమాలిన ప్రేమ. నేనే ఎక్కువ చనువు తీసుకొనేవాడిని కాదు. 1956 లో జన్మించిన నాకు బుద్ధి తెలిసినప్పటి నుండి ఆంధ్రగ్రంథాలయంతో అనుబంధం ఎక్కువే. మా అమ్మ వై. సరస్వతి కూడా పుస్తకాలు ఎక్కువగా చదివేది. మా అమ్మ నరసింగరావు పేటలో స్కూలు నుంచి మొదటి ర్యాంకులో ఉత్తీర్ణత సాధించిన ప్రథమ మహిళా విద్యార్థిని అని చెప్పుకుంటారు. మా గ్రంథాలయంలో అన్ని విషయాలకు సంబంధించిన అన్ని రకాల పుస్తకాలు దిన, వార, మాస పత్రికలు ఉండేవి. ఉదాహరణకు ది మెయిల్, హిందూ, ఇండియన్ ఎక్స్‌ప్రెస్. డక్కన్‌క్రానికల్, రూపవాణి. సినిమా రంగం, భారతి, యువ, జ్యోతి, తరుణి, ఇల్లస్ట్రేటెడ్ వీక్లి, డిటెక్టివ్, అపరాధక పరిశోధన ఆనేవి కొన్ని. కాలక్షేపానికి చదువుకొనేవారు కొందరైతే, ప్రభుత్వ ప్రవేశ పరీక్షలకు పరిశోధనలను గురించి శ్రమించేవారు కొందరు. చరిత్రకారులు పత్రికలకు వ్యాసాలు వ్రాసేవారి కంటే తక్కువేమీ కాదు. ముద్రితమై లభ్యం కాని తెలుగు పుస్తకాలను గురించి ప్రచురణ కర్తలు వచ్చేవారు. చాలా మంది పురప్రముఖులు పాఠకులుగా ఉండేవారు. చాలా మంది గ్రంథాలయానికి వచ్చేవారు. ప్రతి సంవత్సరం వార్షికోత్సవం జరిపేవారు పోటీలు నిర్వహించి, గెలిచినవారికి బహుమతులు అందజేసేవారు. విధిబలీయమై వేగంగా మారుతున్న పరిస్థితుల అవగాహనా లోపంవల్ల ఆంధ్రగ్రంథాలయం మూతపడింది. మా తాతగారు కుటుంబ సభ్యులను క్షమించాలని ప్రార్థిస్తున్నాను. మా తాతగారికి ఇందుమూలంగా నివాళులర్పిస్తున్నాను.

వై. శ్రీనివాసరావు
ఆంధ్రాబ్యాంక్, హైదరాబాదు.

మా గురువు గారు

శ్రీ ముచ్చుకోట వేంకట్రామయ్య మా చంద్రశేఖర్‌కి తండ్రిగారు, నాకు గురువుగారు.

అప్పట్లో కర్నూలులో పెద్ద స్కూళ్ళు రెండే వుండేవి. ఒకటి కోల్సు మెమోరియల్ హైస్కూలు, రెండవది మునిసిపల్ హైస్కూలు. ఈ రెండు స్కూళ్ళ మధ్య ఆటపాటలన్నిటిలోనూ పోటీనే! పిల్లల మధ్య ఒక విధమైన సన్నటి వైరం లాంటిది కూడ ఉండేది. రెండు స్కూళ్ళ మధ్య పోటీ ఏదైనా జరుగుతుంటే, ఇండియా పాకిస్తాన్ లమధ్య పోటీలెవెల్లో భావోద్వేగాలు ఉండేవి. అదంతా చిన్నతనం. ఇపుడెలా వుందో తెలియదు.

నేను, మా చంద్రశేఖర్ ఇద్దరం ఈ రెండు స్కూళ్ళలోనూ చదివాము. ఒక్కొక్క స్కూలులో ఒక్కొక్కరకం అనుభూతులు.

కోల్సు మెమోరియల్ హైస్కూలులో నేను ఆరో తరగతి చదివాను. అప్పట్లో హెడ్ మాస్టరు బాబూరావు గారు. ఆయనది ఒంగోలు, మానాన్న గారికి మిత్రులు.

మా తెలుగు టీచరేమో వెంకటరామయ్య గారు ఆయన చెప్పిన పాఠాలకంటే కూడా, ఆయన నేర్పిన పాటలు ఇప్పటికీ బాగా గుర్తు ఉన్నాయి. కోల్సు హైస్కూలులో ప్రహరీ గోడకి దగ్గరగా ఒక చెట్టు ఉండేది. ఆ చెట్టుకింద మమ్మల్ని కూర్చోబెట్టి లేత గ్రేకలరు లాంగ్ కోటు, తెల్లటిపంచ, తలపాగాతో ఉన్న వేంకటరామయ్య గారు తను లీనమైపోయి పాడుతూ, మాచేత పాడించిన దేశభక్తి గీతం ఒకటి ఇప్పటికీ నా చెవులకు వినబడుతూనే ఉంటుంది. నా నాలుకమీద ఆడుతూనే ఉంటుంది.

కులము మత సంకుచిత భావము లలమనీయక మానసమ్మున
కలలు గాంచిన స్వర్గఖండము గాగ భారత భూమి జేయగ
భారతీయ కుమారవీరా
ప్రతిన గైకొనరా॥

బహుశ ఇలాంటి పెద్దలు చెప్పిన సుద్దుల వల్ల నేనేమో, నేను రచనలు చేయడం మొదలు పెట్టిన తర్వాత, ఏమిరాసినా కూడ అందులో దేశభక్తి అంతర్లీనంగా ఉంటూనే ఉంటుంది.

కులము మత సంకుచిత భావము

లలమనీయక మానసమ్మున

కలలు గాంచిన స్వర్గఖండము గాగ

భరతభూమి జేయగ

భారతీయ కుమార వీర ప్రతినగైకొనరా

అనడం వలననేమో, చిన్నపుడే నేను పేరు చివర ఉండిన తోకను కత్తిరించేసుకున్నాను. గతంలో అలవాటు లేకపోయినా, కులాలపేర్లు తగిలించుకోవడం ఇప్పటి కొత్త సంస్కృతి!

కీ॥శే॥ శ్రీ వేంకటరామయ్య గారి లాంటి గురువులు ఈ రోజుల్లో కూడ చాలామంది ఉంటే ఇంకా చాలా బాగుండేది.

వేము కర్నూలు కొత్తపేటలో ఉండేవాళ్ళం. నాకు తెలిసి ఆంధ్రగ్రంథాలయం, ఆ ప్రక్కనే ఉన్న నరసింగరావుపేటలో ఉండేది. గ్రంథాలయం నడపడం కోసం ప్రభుత్వం దగ్గర నుంచి ఎటువంటి సహాయము ఆశించక, తన సొంత ఆస్తులే అమ్మి, ఆ డబ్బును గ్రంథాలయ నిర్వహణకు ఉపయోగించిన మహామనీషి వేంకటరామయ్యగారు! వారిని చాలామంది "గ్రంథాలయం తాతయ్య" అని కూడ అభిమానంగా పిలిచేవారు.

కీ॥శే॥శ్రీ వేంకటరామయ్య గారి లాంటి గురువులు ఈ రోజుల్లో కూడా చాలా మంది ఉంటే ఇంకా చాలా బాగుండేది. మా ఉపాధ్యాయులూ, గ్రంథాలయోద్యమ దీక్షాపరులూ అయిన శ్రీ ముచ్చుకోట వేంకటరామయ్య గారు నాకు ఎపుడూ గుర్తుకు వస్తూనే ఉంటారు.

మైనంపాటి భాస్కర్

వీరు ప్రముఖ సినీ,నాటక, నవల, పత్రికా వ్యాస రచయిత

కీర్తిశేషులు శ్రీ గ్రంథాలయం వేంకటరామయ్య గారు

కీర్తిశేషులు శ్రీ గ్రంథాలయం వేంకటరామయ్య గారు 5 అక్టోబరు 1894న అనంతపురం జిల్లా తాడిపత్రి తాలూకా ముచ్చుకోటలో జన్మించారు. నరసింగరావు పేటలోని వారి స్వంత ఇంటిలోని గ్రంథాలయానికి నేను రెగ్యులర్‌గా వెళ్ళేవాడిని. అక్కడ బాలమిత్ర, చందమామ, పాపాయి, బుజ్జి మొదలగు చిన్నపిల్లల మ్యాగజైన్లు, ఆంధ్రపత్రిక, ఆంధ్రప్రభ, స్వతంత్ర, రూపవాణి, ఇల్లస్ట్రేటెడ్ వీక్లి మొదలగు వారపత్రికలు, హిందు, ఇండియన్ ఎక్స్‌ప్రెస్, ద మెయిల్, ప్రజామాత, ఆంధ్రపత్రిక, ఆంధ్రప్రభ మొదలగు దినపత్రికలు తెప్పించేవారు. నాతో పాటు చాలా మంది విద్యార్థులు వచ్చేవారు. సాయంత్రం 5 గంటలకు గ్రంథాలయం తలుపులు తెరిచేసరికి విద్యార్థులు, వయోజనులు. వృద్ధులు వేచివుండి ఆ నాటి లేటెస్టు కోసం పరుగులు తీసేవారు. నవలలు, కథలు, ఫిక్షన్, సాహిత్యం, మెదలగు పుస్తకములెన్నో క్రొత్తవి, పాతవి, కోకొల్లలుగా ఉండేవి. అన్నింటికి ఆక్సషన్ నంబరు ఇచ్చి ఇండెక్సు రాసి ఉంచేవారు. పుస్తకాలు ఆన్నింటినీ ట్వైన్‌దారంతో గట్టిగా కుట్టి పేరు వగైరా రాసి శుభ్రంగా ఉంచేవారు. అ ఓపిక, శ్రద్ధ అయనకే స్వంతమిు. అయన ఒక విజ్ఞాన భాండాగారము. ఆయన ఇల్లు ఒక పుస్తక భాండాగారము.

ఆయన పేరు ముచ్చుకోట వేంకటరామయ్య కానీ అందరు అయనను గ్రంథాలయము వేంకటరామయ్య గానే వ్యవహరించేవారు. అయన కోల్సు మెమొరియల్ స్కూలులో టీచరుగా పనిచేసేవారు. తనకొచ్చే జీతంతో ఇంత ఆభివృద్ధి సాధించటం ఆసాధ్యమైనపని, పైగా ప్రతిరోజు అది ఒక తపస్సులా అందరిలోను ఉండే తమస్సును జ్యోతి వైపు నడిపించుటలో, ముఖ్యంగా విద్యార్థులకు మార్గదర్శనం చేయడంలో ఆయన కృషి అనితర సాధ్యం. ముఖ్యంగా నెల మెదటి వారంలో 5,6 కాపీలు చందమామలు తెప్పించినా చాలేవి కావు. అవి అప్పడు దొరకని పిల్లలకు నచ్చచెప్పి క్రమశిక్షణ నేర్పినతీరు సదా శ్లాఘనీయం. అభినందనీయం. విద్యార్థులలో పఠనాశక్తిని పెంపొదించి ఉత్సాహపరుచుటలో అయనది అందెవేసిన చెయ్యి. వారిది చాలా పెద్ద ఇల్లు. ఇంట్లో చాలా మటుకు గ్రంథాలయం, సరస్వతీ నిలయం. సాయంత్రం అవ్వగనే ఇల్లంతా పాఠకులతో కళకళ లాడేది. ఆయన నిరంతర శ్రామికుడు, సేవకుడు, సరస్వతీ ఆరాధనాసక్తుడు, ప్రజాహితాభిలాషి మునీశ్వరుడు

కాదు ఋషీశ్వరుడు. లెక్కలేనంత మంది విద్యార్థుల మదిలో చిరంజీవి, వందనీయుడు, ప్రాత స్మరణీయుడు, మహనీయుడు. అయనకు ఒక కొప్పు ఉండేది. శుభ్రంగా దువ్వి కొప్పు కట్టేవారు. అయన గంభీర రూపములో చిరునవ్వు చూపరులను ఆకట్టుకొనేది.

అనాటి దివంగతులైన ఉపాధ్యాయులు శ్రీ నీలకంఠరావు, శ్రీ చిన్న సుబ్బరావు, శ్రీ సుందరేశయ్యర్ అయన మిత్రులు. గ్రంథాలయ ఉద్యమ పితామహుడు శ్రీ గాడిచర్ల హరిసర్వోత్తమరావు గారితో పోల్చదగిన వ్యక్తి. గర్వంలేని నిరాడంబరుడు. ఆయన నేటికి, రేపటికి, ఏనాటికి ఆదర్శ ప్రాయుడు. ఆయన స్మరణ మాత్రం చేత శరీరం పులకించి పోతుంది. ఆయన నడిచిన బాటలో చాలా మంది నడిచి దేశాభివృద్ధికి తమ చేతనైనంత సేవ చేసేదానికి ఉపక్రమిస్తారని ఆశిద్దాం.

తనువు, మనము ,సమయము, ధనము అర్పించి సమాజసేవ చేసిన ఇలాంటి మహనీయుని జీవిత చరిత్ర చూస్తూంటే దేవులపల్లి వారు వ్రాసిన "ఎవరు నేర్పేరమ్మ ఈకొమ్మకు, పూలిమ్మని రెమ్మరెమ్మకు" అన్నది వీరి పట్ల పూర్తిగా అన్వయిస్తుంది.

G. Seshachalam, M.A., B.L., F.C.A.,
Charted Accoutant, # 42-119, KURNOOL.

నేనెరిగిన మహామనిషి

తన సంసారానికి తాను సతమతమై, ఓర్పూనూ నేర్పునూ దానికే వెచ్చించి రిచ్చపోయే మానవలోకంలో తను నివసిస్తున్న సమాజంకోసం, తన సుఖాన్ని, కాలాన్ని, ధనాన్ని, వినియోగించేవారు అరుదుగా జన్మింస్తుంటారు. అట్టి వారిలో నా ఈ జీవితకాలంలో పరిచయమైన కొద్ది పాటి వ్యక్తులలో శ్రీ ముచ్చుకోట వేంకటరామయ్య గారు ప్రముఖులు.

తలపాగాతో, కోటుతో, పంచకట్టుతో పాఠశాలకు కదిలే సరస్వతీ మూర్తిలా వెళ్లేవారు. బహుముఖ విజ్ఞానంతో తెలుగు, చిత్రలేఖనం, బాలభట ఉద్యమ బోధన తనదైన, అరుదైన శైలిలో బోధించేవారు. వారు మిత భాషి.

మృదుమధుర స్వభావుడు. సాయంత్రం అయిదు గంటలకు గంటకొట్టినట్లు, పంచకట్టు పైశల్లా నెత్తిన చిన్న పిలకతో అపరగాంధీని తలపిస్తూ, గ్రంథాలయము తలుపు తెరిచేవారు. చిన్నదెనా చక్కగా అమర్చిన పుస్తకాల దొంతరలు, అవి ఉంచిన అల్మారాలు, వర్గీకరణ పటము, చక్కగా వ్రాసిన క్యాటలాగులు గ్రంథాలయానికి సంపూర్ణత నిచ్చేవి. ఆయన ఉనికి గంభీర స్వభావము ఒక పవిత్రమైన వాతావరణాన్ని సృష్టించి చదవటానికి ఆవసరమైన నిశబ్ధ పరిసరాలల్ని సమకూర్చేవి. ఈ వాఙ్మయోద్ధారక ఏ ప్రభుత్వ సహాయము అర్థించలేదు. ఆశించలేదు. బిరుదులకై ప్రాకులాడలేదు. ప్రచారానికి ప్రయత్నించింది లేదు. చిత్తశుద్ధితో చేసిన కృషి శ్రమ అయన చర్యలందు ప్రతిఫలించి, ప్రతిబింబించి ఒక పూర్ణత్వాన్ని సమకూర్చాయి.

చురకత్తిలాంటి మేధస్సు, మహాసర్పానికుండే చైతన్యం ఆయన చర్యలలో ప్రస్పుటం కాగా క్రమశిక్షణే ఆయన ఆయధమై, సమయోచిత త్యాగం అతని బలంగా విలసిల్లాయి. జీవితంలో భోగాలకు దారితీసినవాడు కాడు. పలుకుబడికి జీవితాన్ని మెలికలు త్రిప్పినవాడు కాడు. నిష్కామకర్మతో, నిరంతర సేవాపరాయణతో, నిరుపమదీక్షతో, ఆహరహం అత్మపరీక్షతో, క్షణక్షణం కర్తవ్య పరాయణతో జీవితాన్ని సేవాభావానికి అంకితం చేసిన సార్ధకజన్ముడు అతడు.

తనకే ప్రత్యేకమైన వ్యక్తిత్వమతనిది. స్వీయ ఆర్జనలో స్వార్జిత అస్తులలో సముచిత భాగం గ్రంథాలయ నిర్మాణానికి దాని నిర్వహణకూ ఖర్చు చేసిన వితరణశీలి, త్యాగజీవి, ధన్యాత్ముడతడు.

కానీ నాకర్థంకాని విషయం ఒక్కటే. ఇంతటి అత్తున్నత వ్యక్తి చివరి రోజులలో మంచంలో బాధాకరంగా గడపడం. బహుశా పురాకృత కర్మ కాబోలు. కాకపోతే ఇంతటి త్యాగశీలి. గుణ సంపన్నుడు, నిరాడంబరునికి రావలసిన ముగింపుకాదు. కాని దైవలీలలు కొన్ని అర్థంకావు. మన మేధాశక్తికి అందవు.

పుస్తక ప్రియులు విజ్ఞానార్జనకాంక్షాపరులు జీవించి వున్నంతకాలం వారి మనస్సులలో వెలిగే కాంతిపుంజమే శ్రీ ముచ్చుకోట వేంకటరామయ్య గారు.

డా॥ శివభూషణం,

విశ్రాంత వైద్య ఆచార్యులు

ఆంధ్ర గ్రంథాలయం

శ్రీ వేంకటరామయ్య గారికి నివాళి

నేను కర్నూలు పట్టణంలో చదువుకున్నాను. ఇ.సి.యం స్కూలులో, 7వతరగతి వరకు కోల్సు మెమోరియల్ స్కూలులో యస్.యస్.యల్.సి. వరకు మునిసిపల్ హైస్కూల్లో విద్యాభ్యాసం. వేము చాలాకాలం నరసింగరావుపేటలో వుండేవారం. అక్కడే ఆంధ్రగ్రంథాలయం కూడా ఉండేది. అనుకోకుండా ఒక రోజు గ్రంథాలయంలోకి వెళ్ళాను. రీడింగురూమ్ లోని చందమామ లాంటి పుస్తకాలు ఆకర్షించాయి. దాదాపు ప్రతిరోజు, నేను, నామిత్రులు రెగ్యులర్‌గా వెళ్ళేవారము. ఆ తరువాత బాల సాహిత్యం ఇతర సాహిత్యం చదవడం ఆలవాటు చేసుకొన్నాము. దినపత్రికలు చదవటం అక్కడే అలవాటు అయింది. నాకు మా ఇంట్లో కూడ పుస్తకాలు చదివే అలవాటు ఉండేది. కాని పరిమితంగానే పుస్తకాలు అందుబాటులో ఉండేవి. తరువాత పుస్తకాలు పత్రికలు చదవడం ఒక వ్యసనంగా తయారైంది.అయితే అది మంచి ఆలవాటు. మేము నరాసింగరావుపేట నుండి ఇల్లు మారిన తర్వాత కూడా ఆంధ్రగ్రంథాలయానికి వెళ్లటం పుస్తకాలు చదవడంఉండేది. ఆ తరువాత జిల్లా కేంద్ర గ్రంథాలయంలో సభ్యత్వం తీసుకోవడం,

కాలేజి లైబ్రరీ నుండి పుస్తకాలు తీసుకొవటంతో ఆంధ్ర గ్రంథాలయానికి వెళ్ళటం తగ్గింది. ఉద్యమాలలోకి వచ్చిన తర్వాత, చదువు తగ్గి కార్యక్రమాలు పెరిగాయి.

ఆంధ్రగ్రంథాలయ నిర్వాహకులు శ్రీముచ్చుకోట వేంకటరామయ్య గారంటే మాకు భయం ఎక్కువ గౌరవం వుండేది. ఆయనను చూడగానే లేచి నిలబడేవారం. కూర్చోమని చేతితో సైగ చేసేవారు. పంచకట్టుతో అచ్చమైన తెలుగు తనంతో ఉండేవారు. ఇన్ని సంవత్సరాల తరువాత కూడా, ఆయన లైబ్రరీలో తిరుగుతున్న దృశ్యం నాకు గుర్తొస్తున్నది. ఆయన టంచను తప్పకుండా సాయంకాలం 5 గంటలకు గ్రంథాలయం తెరిచేవారు. లైబ్రరీలో మాట్లాడుకోనిచ్చేవారు కాదు. నిశ్శబ్దం పాటించమని హెచ్చరిక చేసేవారు. చీకటి పడగానే లైటు వేసేవారు. వెలుగు వచ్చేచోట కూర్చోని చదవమని సలహా ఇచ్చేవారు

నిరంతరం పుస్తకాలు అందిస్తూ, వాటి వివరాలు రాసుకుంటూ, బిజీగా వుండేవారు. గ్రంథాలయం వారి జీవనంలో ఒక ప్రధానభాగం. తన పనికోసం లైబ్రరీమూసే సమస్యేలేదు. అనేక మందికి పుస్తకాలు చదివే హాబీని నేర్పించారు. గ్రంథపఠనం జీవితానికి వెలుగునిస్తుంది. సామాజిక విలువలను, మానవ సంబంధాలు నేర్పిస్తుంది. ఒక్కమాటలో చెప్పాలంటే జీవితాలకు ఒక నూతన మార్గం చూపిస్తుంది.

అలాంటి గ్రంథపఠనాన్ని అనేక వేల మందికి నేర్పించడం ఆంధ్ర గ్రంథాలయాన్ని స్వంత ఖర్చుతో నిర్వహించడం, తన భూమిని, సోదరి భూమిని గ్రంథాలయం కోసం ప్రత్యేకంగా కేటాయించడం, గ్రంథాలయ ఉద్యమం పట్ల వారి నిబద్ధతను, చిత్తశుద్ధిని ప్రతిబింబిస్తుంది. వారు మరణించినా వారు వెలిగించిన జ్యోతి వెలుగు చూపిస్తూనే ఉంటుంది. వారి 40వ వర్ధంతి సందర్భంగా వారి జ్ఞాపంగా సంచిక వెలువరిస్తున్నందుకు సంతోషంగా ఉంది.

సురవరం సుధాకరరెడ్డి

మాజీ పార్లమెంటు సభ్యులు

డిప్యూటి జనరల్ సెక్రెటరీ కమ్యూనిష్టు పార్టీ ఆఫ్ ఇండియా

గ్రంథాలయం తాత గారే

మనస్సు ఒక అరవై వసంతాలు వెనక్కు వెళ్ళి గతాన్ని నెమరేసుకుంటూ వెళితే కలిగే మధురాతి మధురానుభూతుల్లో మొదటిది, ప్రతి సాయంకాలం మా కర్నూలు పట్టణ, నరసింగరావుపేట లోని తాత గారి గ్రంథాలయంలో అప్పటి బాల సాహిత్యం, వినోదం, విజ్ఞాన పుస్తకాలు చదువుతూ గడిపిన రోజులే మరీ మరీ గుర్తుకొస్తాయి. అది ఆనాటి దినచర్యల్లో భాగం కూడా ఇంటి పని (Home Work) గ్రంథాలయం నుంచి వచ్చి తదుపరి చేసేవారము.

పెద్ద అయిన తరువాత గాని వారి పేరు శ్రీ వేంకటరామయ్య గారని తెలుసు గానీ అంతవరకు వారు గ్రంథాలయం తాత గారే. తాతగారు గంభీరవదనులు, నిరాడంబరుడు, మేము చదువుతున్నామో లేక వూరికే

పుటలు తిరిగేస్తున్నామో, లేక చెవిలో చెవిపెట్టి గుసగుసలాడుచున్నామో ఒకకంట కనిపెడుతుండేవారు. ఆనాటి బాలల పుస్తకాలు, చందమామ, బాల, బాలమిత్ర, ఈనాడు ఏ పిల్లల చేతుల్లో కనబడవు. ఎంతమంది బాలలు పుస్తకాలు చదువుతున్నా పూర్తి సూది క్రింద పడితే వినపడేటంత నిశ్శబ్ద వాతావరణం అలముకునేది. పెద్దలు కూడా వచ్చి పెద్ద గ్రంథాలను చదివి, ఏదో వాటిలోని అవసరమైన విషయాలను వ్రాసుకొని వెళ్ళేవారు.

ఈనాటి ఈ నవయుగంలో గ్రంథాలయ నిర్వహణ, అనే శాస్త్రంలో పట్టభద్రులైన వారు (లైబ్రేరియన్ కోర్సు) కూడా నిర్వహించలేని విధంగా వారు ఆ రోజుల్లో పుస్తకాలను ఎలా వుంచాలో, ఎక్కడెక్కడ ఏ పుస్తక ముంచాలో, పుస్తకములో ఎక్కడైనా ముడతలు పడితే సరిచేసి ఒక క్రమ పద్ధతిలో అడగంగానే తీసి ఇచ్చే విధంగా వుంచేవారు.

ప్రతి సాయంకాలం వేళ గ్రంథాలయంలో పుస్తక పఠనమే కాదు మిత్రులమంతా సాయంకాలం కలవటానికి కేంద్రం కూడా. అక్కడే అదే వీధిలో, అటు ఇటు వున్న ఇళ్లముందు మా ఆటలు పాటలు సాగేవి. ఏనాడైనా తల్లిదండ్రులతో చలన చిత్రానికెళితే, మరుసటి రోజు, ఒకరోజు గ్రంథాలయ దర్శనం తప్పిందేనని బాధపడేవారము.

తాతగారి పిల్లలు కూడా దాదాపు మా సరి వయస్కులే. అవ్వగారు మహా స్వాధ్వీమణి, క్రీ॥శే॥ శ్రీమతి లక్ష్మిదేవమ్మ గారు మేమంతా ఒకే వీధి వారం కాబట్టి మేము ఎవరము, ఎవరెవరి పిల్లలో బాగా తెలుసు. అప్పట్లో మాది బాల్య వివాహము. ప్రతి నోములు వ్రతాలు సక్రమంగా చేసేదాన్ని, దీన్లో భాగంగా ప్రతి శుక్రవారము, మంగళవారము, పూలు, కుంకుమ తీసుకొని అవ్వ గారి ఆశీస్సులకై వెళ్ళేదాన్ని, వారిచే దీవెనలు, ఫలాలు, పుష్పాలు తీసుకొని పాధాభివందనం చేసి వచ్చేదాన్ని, తదుపరి మా ముగ్గురు పిల్లలు కూడా గ్రంథాలయానికి వెళ్ళేవారు. కానీ మా అంత శ్రద్ధగా కాదు.

ఈనాడు ఎవ్వరూ స్వంత గ్రంథాలయం నిర్వహించడం కనబడడములేదు. తాతగారు ఒక సైనికుడిగా, పుస్తకాలు కడు జాగ్రత్తగా పేర్చి ఒక వరుస క్రమంలో బీరువాలలో ఉంచేవారు.

వైవాహిక జీవితం మొదలైన తరువాత కూడా పుట్టింటి కొచ్చినప్పుడు అటువైపు వెళ్ళేదాన్ని. తాతగారు నన్ను గుర్తుపట్టి ఎక్కడ వుంటున్నావు, ఎలా

వున్నావు, పిల్లలెందరు, మీ వారి ఉద్యోగమేమి అని అడిగి తెలుసుకునేవారు ఆ ఆదర్శ దంపతులకు పాదాభివందనం చేసి వచ్చే దాన్ని.

ఇన్ని సంవత్సరాల తరువాత తాతగారి ద్వితీయ పుత్రుడు శ్రీ చంద్రశేఖర శర్మ గారు వారి తండ్రి స్మృత్యర్థం ఒక పుస్తకం ముద్రించడం కడు ముదావహము. జన్మరాహిత్యము పొంది ఆ ఆదర్శ దంపతులు దివి నుండి మమ్మెలనంతా ఒక కంటితో గమనిస్తుంటారని తలుస్తాను. నరసింగరావుపేట నర్సింగ్ హెూముల పేటగా మారడము చూసి వెతన చెందివుంటారు. అప్పటి మా బావగారు తదుపరి జీవిత భాగస్వామి అయిన మా వారు కూడా అప్పుడప్పుడు మా పేటలో వున్న చాలా మంది వారి మిత్రులని కలిసి, వారితో పాటు గ్రంథాలయములో అడుగేసి అక్కడే పుస్తకంలో తలదాచుకున్న నన్నుచూసి వెళ్ళిపోయేవారు.

భాస్కర పంతుల లీలావతిశర్మ

(ఆనాటి గోటూరి లీలావతి)

43/56, నరసింగరావు పేట, కర్నూలు.

కీ॥శే॥శ్రీమాన్ వేంకటరామయ్య గారికి శ్రద్ధాంజలి.

నా బాల్యంలో ఉపాధ్యాయుడు. పూజింపదగిన వారు మరియు అనుసరింపదగినవారు, కీర్తిశేషులు శ్రీమాన్ వేంకటరామయ్య గారిని గురించి కొన్ని వాక్యములు రాయుట నాకు లభించిన మంచి అవకాశం. ఉన్నతమైన అశయాలు, వ్యక్తిత్వము గల వారిని జ్ఞాపకం చేసుకొనుట శ్రేష్ఠమైనది. అవును మరి, నిస్వార్థంగా, సమాజసేవయే తన ధర్మంగా కలిగి కులమత తారతమ్యము లేక తన విరామ సమయంలో విశ్రమించక ఉచిత సేవయే తనధర్మంగా భావించిన శ్రీ వేంకటరామయ్య గారు ఉన్నతమైన వ్యక్తిత్వము గల కోవలోని వారనుటలో సందేహము లేదు.

శ్రీ వేంకటరామయ్యగారు 1894 అక్టోబరు 5 వతేది అనంతపురం జిల్లాలోని ముచ్చుకోట గ్రామంలో సనాతన బ్రాహ్మణ కుటుంబములో శ్రీ వేంకట్రాయుడు శ్రీమతి మీనాక్షమ్మ గార్లకు జన్మించిన ధృవతార. అప్పటి మద్రాసు విశ్వవిద్యాలయంలో ఉపాధ్యాయ వృత్తి తర్ఫీదు పొంది కోల్సు

స్మారకోన్నత పాఠశాలలో ఉపాధ్యాయుడు అయినారు. బాలభట, తెలుగు చిత్రలేఖనము మరియు గ్రంథాలయ నిర్వాహకుడిగా 1918 నుండి సేవలందించినారు. 37 సంవత్సరములు సేవ చేసి 29-7-1955 లో పదవీ విరమణ చేసినారు. వీరి వేషధారణ గంభీరమైనది. పొడవాటి కోటు, తెల్లటి ధోవతి, తలకు తెల్లటి టర్బన్ ధరించి మంచి శరీర ఛాయ, దేహసౌష్ఠవము కలిగి మెల్ల మెల్లగా అడుగులు వేస్తూ స్కూలు అవరణలో ప్రవేశించినప్పుడు ఒక నిండుతనం వచ్చేది. చిత్రలేఖనం నేర్పేడానికి కోటు జోబులో దారాలు, సుద్దముక్కలు, ఆయన నల్ల బల్ల మీద స్కేలుగా వాడే ఒక అట్టముక్క ఉండేవి. వారు ఖచ్చితమైన సమయ పాలన పాటించేవారు. శెలవు వాడేవారు కారు.

తన ఉద్యోగ్యంపై ధ్యాస అధికారులపై గౌరవం కలిగి మెలిగేవారు. అందుకనే ఆకాలపు కరస్పాండెంట్లు డా॥ బి.జె.రాక్‌వుడ్, రెవ.గిప్సన్ గార్లు వారినెప్పుడు అభిమానించి ప్రోత్సహించేవారు. ఉద్యోగ ధర్మానికి భంగం కలుగకుండా కేవలం సా॥ 5 గం 7 గం వరకు, కొత్తపేటలోని 41/193 నంబరు కలిగిన స్వంత ఇంట్లో సొంత ఖర్చుతో దిన, వార, మాస పత్రికలు పుస్తకములు సేకరించి సమాజమునకు ఉచితసేవ చేసే దానికి గ్రంథాలయంనిర్వహించేవారు. పుస్తకము నలిగి చిరిగి పోయినపుడు స్వయంగా అతికించి బైండింగు చేసిరి. వీరి ఒపిక వర్ణింప అలవికాదు. క్రమేపి అవసరానికిబట్టి పుస్తకముల పెంచి, పెరిగే పుస్తకములకు అనుగుణంగా విస్తీర్ణం గల నరసింగరావు పేటలో 43-93 ఇంటికి మార్చి పెంచారు.

ఈ గ్రంథాలయ పోషణకే 30 ఎకరముల, తన సహెూదరి పొలములు అంకితము చేసిన దానకర్త. తెలుగు, ఇంగ్లీషు, హిందీ పుస్తకములు సుమారు 7000 వరకు ఉండేవి. దీనితో పాటు దిన,వార మాన పత్రికలు అందుబాటులో ఉండేవి. అన్ని కూడ పాఠ్యాంశ ప్రకారము విభజించబడి సంఖ్యాపర పట్టికతో కూడి ఉండెడివి. పదవీ విరమణ చేసిన తరువాత గ్రంథాలయము పని ఉ॥ 7 గంటల నుండి సా॥ 7 గం వరకు పెంచిరి. అప్పటి నుండి 1972లో వారి చివరి శ్వాస వరకు నిర్విరామంగా ప్రజాసేవ చేసిరి. వీరు జిల్లా గ్రంథాలయ సంస్థ సభ్యులు మరియు అధ్యక్షులుగా కూడా సేవ చేసిరి. కోల్సు స్మారకోన్నత పాఠశాల ఉపాధ్యాయులు శ్రీయుతులు పి. రాజుగారు, సుందరేశ అయ్యరు గారు పురపాలక పాఠశాల ప్రధానోపాధ్యాయులు శ్రీ కె.ఎన్. పశుపతిగారు, మాజీ పురపాలక సంస్థ అధ్యక్షులు శ్రీ మాహబూబ్ అలీఖాన్ గార్లు వీరిని సత్కరించిరి.

1929 లోనే వీరి సేవాతత్పరతను గుర్తించి మద్రాసు, ఆంధ్ర ప్రాంతాలలో విరివిగా చదువబడుతున్న గ్రంథాలయ సర్వస్వము అనే మాసపత్రికలో పలుమార్లు శ్రీ వేంకటరామయ్య గారిని గురించి ప్రశంసల జల్లులు కురిపించినవి. 1967లో కొత్త ఢిల్లీ నుండి ప్రచురించబడ్డ Directory of Booksellers, Publishers, Libraries and Librarians (who is who)లోప్రచురింపబడ్డ ఆంధ్రగ్రంథాలయము మరియు శ్రీ వేంకటరామయ్య గారిని గురించి ప్రశంసల వల్ల వీరు దేశ ప్రచారం పొందిరి.

చివరిగా నా స్వంత అనుభూతికి వస్తే, నా బాల్యమునందు నేను నరసింగరావుపేటలో నివసించడంవల్ల అనేక సాయంత్రాలలో ఆంధ్ర గ్రంథాలయము చేరి దిన,వారపత్రికలు చదువుకొనేవాడిని. అట్టి సమయంలో సార్ వ్యవహారశైలి ఓపికను గమనించేవాడిని. అప్పటి నుండే వారిపై ఎనలేని గౌరవం పెంచుకొంటిని. శ్రీ వేంకటరామయ్య గారి పదవీ విరమణ సభలో తనకు అత్యంత ప్రియమైన శిష్యులలో నా పేరు కుడా చదవడం నాకు చాలా అనందం కలిగించింది. అప్పుడు నేను 9వ తరగతి. ఇప్పటికి ఆ అనుభూతి మరువలేనిది.

శ్రీ వేంకటరామయ్య గారి ఆత్మకు శాంతికలుగాలని కోరుతూ...

ఆర్. డేనియల్ సాధు

విశ్రాంత రాక్‌వుడ్ స్కూలు ప్రధాన ఉపాధ్యాయులు, కర్నూలు.

త్యాగధనులు శ్రీ వేంకటరామయ్య గారు

కీర్తిశేషులు ముచ్చుకోట వేంకటరామయ్య గారు స్థాపించిన అంధ్ర గ్రంథాలయము మా ఇంటికి దగ్గరలో ఉండేది. అప్పట్లో వేంకటరామయ్య గారిని గ్రంథాలయం తాత అనీ, వారి ఇంటి వారిని గ్రంథాలయము వారని పిలిచేవారు. ఆ గ్రంథాలయంలో బాలసాహిత్యం తెప్పిస్తూ పిల్లల నెక్కువగా ఆకర్షించేవారు. నేను కూడ నా చిన్నతనంలో ఎక్కువగా అ గ్రంథాలయానికి వెళుతూండేదానిని. అక్కడ పుస్తకాలన్నీ అద్దాల బీరువాలలో ఒక క్రమ పద్ధతిలో ఏర్పాటు చెయ్యబడి ఉండేవి. అప్పట్లో ఎవరూ వార పత్రికలు ఇంటికి తెప్పించుకొనేవారు కారు. నాకు అక్కడికి వెళ్ళి వార్తాపత్రికలు, బాలసాహిత్యం

చదవటం అలవాటుగా మారిపోయింది. అలాగే మా పెద్దమామయ్య గారు టి. వేంకటేశ్వర్లు గారు (విశ్రాంత స్టేట్ బ్యాంకు మేనేజరు) వేంకటరామయ్య గారి పెద్ద కుమారుడైన వేంకటాచలపతి గారికి స్నేహితులు. వారు వెంకటరమణ కాలనీలోని శ్రీ లక్ష్మి స్కూల్ కరెస్పాండెంటుగా కొనసాగుతున్నారు.

వారు కూడా కర్నూలు వచ్చినప్పుడు అంధ్రగ్రంథాలయము నుండి వివిధ పుస్తకములు, సాహిత్య గ్రంథములు తెచ్చుకొని చదివి నాతో చర్చించేవారు. మా రెండవ మామగారైన డా॥ టి.వి.చలం. రిటైర్డ్ ప్రిన్సిపాల్ మహానంది అగ్రికల్చర్ కాలేజి, అంధ్రగ్రంథాలయమునకు రోజూ వెళ్లి చదివేవారు. ఇంట్లో వుండే మా అమ్మమ్మ భట్టి విక్రమార్కుని కథలు, వేయిపడగలు, కార్తీకపురాణం వంటి పుస్తకాలు తెప్పించుకొని చదివేది. మాకుటుంబ సభ్యులందరు అంధ్రగ్రంథాలయ పాఠకులైనారు.

పాఠశాల రోజుల్లోనే కాక కాలేజి రోజుల్లో కూడా అక్కడి ఆంగ్లసాహిత్యము నాకు ఎంతగానో ఉపయోగపడింది. వేంకటరామయ్య గారి స్ఫూర్తితో మా పాఠశాలలో మంచి గ్రంథాలయము ఏర్పాటు చేయగలిగాను. ప్రభుత్వము విరాళాలు పొందడం ఇష్టం లేని వేంకటరామయ్య గారు 1923 నుండి స్వగృహం లోనే నిర్వహించి విజ్ఞానాన్ని అందజేసిన ధన్యజీవి.

యావదాస్తిని గ్రంథాలయానికి ధారపోసిన వారి త్యాగశీలత, నిస్వార్థస్వభావం, చిరస్మరణీయం. ఉత్తమ ఉపాధ్యాయుడుగా విధులు నిర్వర్తించి స్కాటు డ్రాయింగు తెలుగు మాస్టారుగా సేవలందించి గ్రంథాలయము ఏర్పాటు చేసి దేశసేవ చేసిన వేంకటరామయ్య గారికి వాఙ్మయోద్ధారక బిరుదు సార్థకము.

ఎల్. మాధవీలత

శ్రీలక్ష్మి హైస్కూలు. ఎన్.ఆర్. పేట, కర్నూలు.

గ్రంథాలయం తాతయ్య

కర్నూలు పట్టణంలో ప్రజలకోసం ఒక గ్రంథాలయం నిర్వహించిన కీ॥శే॥శ్రీ ముచ్చుకోట వేంకట రామయ్య గారిని ఆ కాలంలోని పట్టణ వాస్తవ్యులు గ్రంథాలయం తాతయ్యగా ఎరుగుదురు. అదొక్కటే ఆనాటి ఏకైక గంథాలయం. నేను జిల్లా కేంద్రగ్రంథాలయం ఉద్యోగంలో చేరిన తరువాత 1955 వ సంవత్సరం నుండి వారితో పరిచయం ఏర్పడింది. వారి నిష్కామకర్మతో కూడిన నిరంతర గ్రంథాలయ నిర్వహణ సేవా కార్యక్రమాలను చూసి తరించే అదృష్ఠం నాకు కలిగింది. నిరంతరం తమ సేవలను అందిస్తూ తమను హరించుకొని కర్పూరం లాగా కరిగిపోతూ సోదర మానవాళికి జ్ఞానజ్యోతిని ప్రసాదించిన వారు చిరస్మరణీయులు.

గ్రంథాలయ సేవలో వారిలో ఉరకలేస్తున్న ఉత్సాహాన్ని గ్రంథాలయ నిర్వహణలో వారి తీరుతెన్నులు స్వయంగా చూసే అదృష్ఠంనాకు కలిగింది. గ్రంథాలయోద్యమానికి సంబంధించిన విశిష్ఠ సేవకులు శ్రీ పాతూరి నాగభూషణం, శ్రీ అయ్యంకి వెంకట రమణయ్య వంటి వారు తరచుగా కర్నూలుకు వచ్చేవారు. వచ్చిన గౌరవ అతిథుల వెంట నేను కూడా శ్రీ వేంకటరామయ్య గారిని చూచేదానికి వెళ్ళేవాడిని. ఉద్యమ నాయకులను ఆహ్వానించేటప్పుడు వారిలో సంతోషము పొంగిపొర్లేది. ఉత్సాహంగా అనేక విషయాలు చర్చించేవారు. అయ్యంకి వారు ఒక పర్యాయం వచ్చిన తరుణంలో సరస్వతీ సామ్రాజ్యం అనే గ్రంథాన్ని బహుంకరించినారు.

కీ॥శే॥శ్రీ వేంకటరామయ్యగారు సమయపాలన కఠినంగా పాటించేవారు. గ్రంథాలయ నిర్వహణకాలంలో ఎక్కడికి వెళ్ళేవారు కారు. పుస్తకాల సరిచేసే పని వాటిని సరియైన స్థానాలలో ఉంచే పని ఎప్పుడూ వాయిదా వేసే వారు కారు. వారి ఓపిక, విసుగు, విరామం లేని కార్యశీలత గ్రంథాలయ కార్యకర్తలకు మార్గదర్శకాలు. నాకు చాలా మంది గ్రంథాలయోద్యమ కార్యకర్తలు, నిర్వాహకులు తెలుసును. కీ॥శే॥శ్రీ వేంకటరామయ్య వలె స్వయంగా నిర్వహించి, స్వంత ధనమునే వినియోగించి, దాదాపు 50 సంవత్సరములు, మరి ఏ ఇతర వ్యాసంగము లేక కృషి చేసినవారు ఆంధ్ర దేశంలో లేరని చెప్పవచ్చు.

శ్రీ కె. రోశయ్య బి.ఎ.,బి.ఎల్.ఐ.సి.

విశ్రాంత జిల్లా గ్రంథాలయ కార్యదర్శి, గ్రంథాలయ సంస్థ, కర్నూలు.

My reminiscences of
Sri Late M. Venkataramaiah

I feel honoured to write about this simple,dedicated and a wonderful soul.Those were my highschool and inter study days at Kurnool when I came to know about this spartan and committed worker of a man.Those were the pre and post independent days(1944 to1952) of exciting and hectic activity. He was working as Telugu pundit in Coles Memorial High School and a backdoor neighbour of mine. People were charged with ideas and ideals to do something to the community. He was not only a Telugu Pandit but also involved in scout movement and a drawing master as well. He chose the library movement as tool for the literacy development in the community very early and established "Andhra Granthalayam" in 1923. He was financially reasonably comfortable as he had some income from his ancestral landed property in addition to his salary as a teacher. Unlike many people who use thieir income for living a better quality of life of luxury, he opted for a spartan living of simple life and high thinking. He had a big house of which 3/4 of the space was set apart to house the library cum reading room. The rest of the building in rear part was used as family quarter. In this he was whole heartedly and happily supported by his wife and aged mother.

I was fortunate enough to know both of them as a school boy. I know his mother as Granthalayam avvagaru. I did not know her real name. Such a wonderful woman she was involved with ideas of literacy campaign and service to neighbours. His children were my juniors who followed his footsteps for some years after his demise. Due to various reasons they could not continue the library. Many of his classics were purchased by various scholors interested in those old works.

I remember vividly the way he was working in the Library from 4 to 7 P.M. Books were issued to be read at home especially by women in the neighbourhood who could not persue higher studies. College studies were very rare amongst women unlike the present day when girls are out numbering boys in Medical, Dental, Nursing Colleges. In the night at 8 to 9 P.M. after dinner he and many of his contemporaries of his in the neighbourhood used to gather at the library to discuss and exchange ideas on various news items of those hectic days.

My uncle, a medical practitioner, was one among them. Durilng this time he used to tend to the books which were partly torn or damaged. I watched on number of occassions the way he was attending to them. It was like a mother tending her infant child. So much care and attention he used to bestow on these books. He continued this until a ripe old age of 70.

He refused to accept any grant from either government or any other agency. It was exclusivly run on his resources and the landed property which was set apart as as endowment.

He was popularly known as Granthalayam Venkataramaiah garu. He was indeed a great soul.

Dr. C. P. Viswanatham M.B.B.S., M.S.(ANAT)
1145, Andhra Medical council, Professor of ANATOMY(retd)
#15-6-1, Krishnanagar, Maharanipeta, **Vishkhapatnam.**

REMINISCENCES OF SRI LATE MUCHUKOTA VENKATARAMAIAH GARU

Sri Muchukota Venkataramaiah garu is one of the poineers of Granthalayam movement in Kurnool District. During 1923 he started Andhragranthalayam in Kothapeta area of Kurnool town with mythological and puranic books along with very popular novels like Boothgraham, Aggiramudu etc. All the books used to be personally bound with brown paper and serially numbered by Sri Venkataramaiah garu.

Number of news papers like The Hindu, The Mail, The Indian Express, Andhrapatrika, Andhraprabha, magazines like Chandamama, Bharathi etc., were also subscribed and many readers used to come granthalayam for reading. In those golden days. Film India which later became Mother India edited by Sri Late Baburao Patel was a novelty eagerly waited by public. I very well remember those days, hardly three or four members only used to get magzine in Kurnool town. Sri Venkataramaiah garu used to carefully issue these books to the reading publis and also other Telugu and English mgazines freely taking only a deposite of Rs 2/- only. The deposited amount used to be returned finally.

The readig public used to consist of elderly men, students, politicians etc,. They used to discuss several things interestingly especially during the second world war period.

Andhragranthalayam was later shifted to Narasingarao pet, Kurnool, strengthened and equipped with more literature. Sri.Venkataramaiah garu never used to sell old news papers or tolerate if any page was torn. Goddess Saraswthi it seems used to appear before him and shed tears when such things happened.

Sri Venkataramaiah garu migrated from Anantapur to Kurnool town and worked as a teacher in Coles Memorial School, Kurnool. He was dealig with subjects like Telugu and Drawing. He was also Scout master and encouraged cubs and scouts to be disiciplined.

I happened to know him and his family very intimately from my childhood till his last breath. My father Late Sri K.N.Pasupathy who was renowned headmaster in Municipal High School, Kurnool was also good friend of him. SriVenkataramaiah garu has one daughter and two sons. He was known to be financially affluent and spent his own moneys out of his landed properties on reding room. He never looked for any outside help nor publicity in this mattter. I do not recall another person doing such social educational service in Kurnool district. His death is a great loss to Kurnool town reading public. He shunned publicity and consequently not given a sufficient identity in the current decades. I salute very humbly this great person.

P. Balasubramanyam,

Joint Director of Agricalture (retired)
Door No.43/109, Narasingaraopet. Kurnool.

అనుబంధము - 1

"జీవిత చరిత్ర కోశం" - గ్రంథాల కార్యకర్తలు

అనే పుస్తకమును విశ్రాంత ఉపసంచాలకులు ఆంధ్రదేశ్ గ్రంథాలయ సంస్థ డా॥ వెలగా వెంకటప్పయ్య గారి సంపాదకీయంలో ప్రచురింప బడింది. అందులో వివిధ ప్రముఖుల గ్రంథాలయ కార్యకర్తల జీవిత చరిత్రలు సేకరించి ముద్రించినారు. ఆ పుస్తకము **163 - 164 -165** పేజీలలో ప్రముఖ సర్వోదయ నాయకులు, చాలా పత్రికలకు సంపాదకులు, ఆంధ్రప్రదేశ్ చేనేత సంఘ అధ్యక్షులుగా వ్యవహరించిన ఎదరే చెన్నకేశవులు గారు ముచ్చుకోట వేంకటరామయ్యను కలసి విచారించి, వారి గురించి ఇలా తెలియరచినారు :- అనంతపురం జిల్లా ముచ్చుకోట గ్రామంలో జన్మించినారు. వీరి తండ్రి శ్రీ వేంకట్రాయుడు గారు. ముచ్చుకోట గ్రామ కరణం. తాడిపత్రిలో ప్రాథమిక విద్య, మాధ్యమిక విద్య అనంతపురంలో, హైస్కూలు విద్య కర్నూలులో, ఇంటరు మద్రాసులో వీరు పూర్తి చేశారు. బాల్యంలో ద్రౌపదీ కళ్యాణ నాటకాన్ని చూసినప్పుడు భారతం చదవాలని బుద్ధిపుట్టి ఆదిపర్వం వచనకావ్యం ముందు చదివి తక్కిన **17** పర్వాలు సేకరించు కొన్నారు. వారి గ్రామం లోని కానిస్టేబులు ఒకాయన నెలకు రెండు అణాలు ఇచ్చి తమ వద్దనున్న అన్ని పుస్తకాలు చదివారట. తమకు సరిగా అర్థం కాకున్నా భారత పద్య కావ్యాన్ని నిత్యమూ వారి నాయనమ్మకు చదివి వినిపిస్తూ వుండేటప్పుడు మాతృబాషపై మమత పుట్టి నాటకాలు, నవలలు, కావ్యాలు, స్వంతంగా కొని చదువుతూ వచ్చారు ఈ విధంగా తను పొందుతున్న ప్రయోజనాన్ని తన తోటి వారికి కూడా అందజేయాలన్న సంకల్పం వారికి కలిగింది. దానిపై కర్నూలులోని కొత్తపేటలోని ఒక ఇంటి మేడపై **1922** లో **40** పుస్తకములతో గ్రంథాలయాన్ని స్థాపించినారు. ప్రారంభంలో అందరికి పుస్తకాలనుచితంగానే చదువుకొనుటకు ఇచ్చేవారు.

ఈ అవకాశాన్ని పాఠకులు సద్వినియోగం చెయ్యడంతో పాఠకుల మాసం వారీ రుసుమును, పుస్తకాలు ఇండ్లకు తీసుకొనుపోవు వారికి ధరావత్తును, ఏర్పాటు చేసి నడుపుతూ వచ్చారు.

వీరు ప్రథమంలో కరణం పరీక్షకు తరిఫీదు పొంది, తహసీలు ఆఫీసులో గుమాస్తాగా 6 నెలలు నెలకు రూ.25 వేతనంపై పనిచేశారు. తరువాత తను పని చేసిన కోల్సు మెమోరియల్ హైస్కూలులో 1918 లో ఉపాధ్యాయులుగా చేరి, 38 సంవత్సరములు ఏకధాటిగా ఈ ఉద్యోగాన్ని నిర్వహించి ఉపాధ్యాయుల విద్యార్థుల మన్ననలు పొందారు.1958 కర్నూలు ఉపాధ్యాయ సంఘము వీరికి వీడ్కోలు సన్మానము చేసినారు. 1950 లో ఈ సంఘం వారు వేంకట్రామయ్య గారికి వాఙ్మయోద్ధారక బిరుదాన్ని ప్రసాదించినారు. ఆరేండ్లు వీరు కర్నూలు జిల్లా లోకల్ లైబ్రరీ అథారిటీ సభ్యులుగా నుండి ఆదోని, ఆలూరు, ఆళ్ళగడ్డ మున్నగు ప్రదేశాలలో గ్రంథాలయ సమావేశములను జరిపించి ప్రజలకు గ్రంథాలయ యోగాన్ని గురించి ప్రబోధం చేశారు. వీరు ఆంధ్రప్రదేశ్ గ్రంథాలయ సంఘము కర్నూలు శాఖకు మూడేళ్ళపాటు అధ్యక్షులుగా ఉన్నారు.

కర్నూలులో వీరు నెలకొల్పి నడుపుతున్న ఆంధ్రగ్రంథాలయము నరసింగరావుపేటలోని వారి స్వగృహంలో నాల్గింట మూడు వంతులు ఆక్రమించినది. దీనిలో వివిధ శాఖలకు చెందిన పుస్తకములు ఎదువేల వరకున్నవి. ఎక్కువ తెలుగు పుస్తకములు తరువాత అధిక సంఖ్యలో నున్నవి ఇంగ్లీషు గ్రంథాలు. కొద్దిగా హిందీ ఉర్దు గ్రంథాలు.

వీనినంతా వీరు స్వంత ద్రవ్యంతోనే సేకరించినారు. తెలుగులోను మఖ్యమైన పత్రికలను, బాలసాహిత్యాన్ని వీరు గ్రంథాలయానికి తెప్పిస్తూ పిల్లల నెక్కువ ఆకర్షిస్తున్నారు. ఐచ్చికంగా అభిమానంతో చెల్లించేవారు ప్రస్తుతం 50 మంది వరకు ఉన్నారు తమ స్వేచ్ఛకు భంగము కలుగుతుందనే భావంతో వీరు ప్రభుత్వము నుండి విరాళం పొందేదానికి ఇచ్చగించరు ఈ గ్రంథాలయ నిర్వహణకు గాను వీరు ఇరవై ఎకరాల మెట్ట భూమిని, వీరి తోబుట్టువు శ్రీమతి సిందిరాజు వెంకమ్మ గారు పది ఎకరాల మెట్ట భూమిని ప్రత్యేకించి దానిలో నుండి వచ్చే ఆదాయంతో తమ వంశీకులు గ్రంథాలయాన్ని నిరంతరాయంగా సాగించే శాశ్వత ఏర్పాటు చేసినారు. ప్రారంభము నుండి వీరే తమ గ్రంథాలయాన్ని స్వయంగా నిర్వహిస్తున్నారు.

ఈ పనిలో తమ కుమారులు చిరంజీవులు వేంకటాచలపతి, చంద్రశేఖరులకు వీరు శిక్షణ యిస్తున్నారు. తమ అనంతరము తమ పుత్రులు ఈ సంస్థను నిర్వహింతురని గట్టి విశ్వాసము వేంకటరామయ్య గారికున్నది. వీరి ధర్మపత్ని ఆదిలక్ష్మి దేవి గారు కూడా అన్ని విధముల శ్రీ వేంకటరామయ్య గారికి సాయపడుచుచూ, ఆతిథి, అభ్యాగతులనాప్యాయముగా సేవిస్తూ పత్నీవ్రత ధర్మాన్ని చక్కగా సాగించారు. ఒకరి మెప్పుకోసం వీరాపనిని చేయకున్నను వీరి గ్రంథాలయాన్ని దర్శించి పెద్దలు పలువురు వీరి కృషిని విశేషంగా కొనియాడుట సహజమే. ఈవిధంగా వీరి సేవను ప్రశంసించిన ప్రముఖులలో ఆంధ్ర వాల్మీకి వావికొలను సుబ్బారావు గారును, మదరాసు రాష్ట్ర ముఖ్యమంత్రి పానుగంటి వేంకట రామారాయణిం గారు, మదరాసు గ్రంథాలయ సంఘ కార్యదర్శి యస్.యమ్.పాటిల్, ఆంధ్ర గ్రంథాలయోద్యమ నాయకులు, అయ్యంకి వేంకట రమణయ్య గారు, గాడిచర్ల హరిసర్వోత్తమరావు గారు ఉన్నారు.

- ఎదిరే చెన్నకేశవులు

శ్రీరామ

అనుబంధము - 2A

శ్రీరామ శతకము

వేంకటరామయ్య గారు 1910లో రచించిన శ్రీరామ శతకము వారికి గల ఆంధ్రభాషాభిమానాన్ని తెలుపుతుంది. శతకం లోని మొదటి పేజి ఈ క్రింది విధంగా ప్రచురితమైనది.

శ్రీరస్తు

శ్రీరామచంద్ర వరప్రసాదలబ్ధ కవిత్వమహత్త్వ యశోవిరాజితార్వేలకుల కశాబ్ధిమధ్యస్థిత

భట్టర్‌వంశాఖ్యశ్వేతద్వీపాంతర కల్పవృక్షాయమాన వెంకటరాయామాత్య గర్భపుష్పసంజనిత ఫలోపమ

సకలసజ్జన విధేయ వేంకటరామనామధేయ కవివర ప్రణీతంబున

శ్రీరామ శతకము

ఇయ్యది

శ్రీమద్రామభద్ర విధృమారుణమృదుచరణ సంసేవామహత్త్వసంలబ్ధాదితాంధ్రకవిత్వ విద్యాద్వితీయ

వాగ్వైభవ సమన్వితాఖిల విద్వజ్జవవిధేయ భీమ రాజాస్వయాంభోనిది రాజనారాయణ రాజాత్మజుండును

చంద్రహాభ్యుధయాది గ్రంథవిరచతానంత కుశలుండును అమ్మళ్ళదిన్న ప్రథమ పాఠశాలోపాధ్యాయుండును

నగు బి.ఓబళరాజనామ కవివర్యునిచే సరిచూడబడి వరదాయపుర నివాసుల ధనసహాయముచే మదరాస్

బరూరు త్యాగరాయశాస్త్రులవారి గీర్వాణభాషారత్నాకర ముద్రాక్షరశాలయందు ముద్రింపండియె.1910

శ్రీకరమగులోకేశుడ
ప్రాకటముగనాత్మలోనప్రార్థించియుమి
మ్మేకమనంబునవేడెద
మీ కరుణతో బ్రోవవయ్యమేదినిరామా 1

వాసవముఖదివిజులచే
భాసురముగపొగడినభవ్యాత్మనే
భూసురుడను త్రిగుణాత్మక
వాసిగనార్వేలవాడ వరగుణరామా 2

కరివరద ముచ్చుకోటను
పురమున రామయ్యయనెడిపుణ్యాత్మునకున్
నరవందితనేమనుమడ
ధరవేంకటరాయునకును దనయుడరామా 3

వరధీరజనావనయో
సురసేవితదివ్యపురుషశుభకరనామా
హరనుత కాస్యపగోత్రుడ
ధరవేంకటరామయాఖ్యధనరితిరామా 4

క్షితిలక్షణగ్రంథంబుల
వెతకియునేగజదువలేదు విపులముగాగన్
కృతిచేయగ మొదలెతెలియదు
సతతముమిముగొల్చువాడసద్గుణరామా 5

మీదయ గల్గుట చేతను
నే దీనిని కవిత జేసి నిశ్చల బుద్ధన్
శ్రీధర యర్పణజేసితి
యేదోషములున్ననీవేయినకులారామా 6

కమలజు వేదములను గొని
యమరంగా సోమకుండు యబ్ధినిదూరన్
సమరంబుజేసి వానిని
సమయించినమత్సరూప శాశ్వతరామా 7

వారాశియందు దివిజులు
కోరిక గిరి నునిచి దరువ కుంగుచునదియున్
నీరధి మునుగగ కూర్మమ
వై రయముననిల్పినట్టి యచ్యుత రామా 8

భీకరుడు హిరణ్యాక్షుడు
లోకంబుల బాధజేసి లోకాధిపతిన్
వీకతో గూల్చేదననగా
సూకరమైద్రుంచినట్టి శుభకర రామా 9

హరు వేడమన్న బుత్రుదు
హరినేదలచంగ దండ్రి హామిక చేతన్
బరిపరీబాధల బెట్టగ
నరహరీవై దనుజు ద్రుంచు నగధరరామా 10

ఇల మూడడుగులదానము
నెలమితోగైకొనియు నంతనింద్రుడుమెచ్చన్
సులభత పాతాళమునకు
బలినణచిన వామనుడవు భవహర రామా 11

పగ దీర్చుటకై భుమిని
నగరంబుల వెదకీ మనుజనాధులవరుసన్
పగటున గీటడగించిన
భృగురాముడవీవెకావె భీషణరామా 12

దివిజులు మొరలిడగను విని
భువిలో దశరధునకగ్ర బుత్రుడవగుచున్
రవికులమునందు బడముచు
వివరముగను రాక్ష సేంద్రు విరచిన రామా 13

ఇలలో బౌద్ధుడవైమరి
బలరాముండ నెడిపేర బద్మాక్షునకున్
ఎలిమితో భ్రాతన బరగిన
బలవంతుడవీవుగావె భవ్యుడరామా 14

ధంలో దుష్టుల బాధకు
కరీవర దాతాళ లేము కావుమటంచున్
సురలటువేడగ చెడుగుల
కరమొప్పగద్రుంచినట్టి కల్కివి రామా 15

ఘనమునియైన విసిష్ఠుడు
దనరుచు శాస్త్రంబులెల్లదప్పకదెలుపన్
ఆనువుగదెలసిననినునే
వినుతించగ నేంతవాడవీరుడరామా 16

భవతీ భిక్షంబిమ్మన
నవరత్నలాదిగాగ నగలనునివ్వన్
ఆవి యెల్ల దెచ్చిగురునకు
సవినయముగనొసగినట్టి సద్గుణరామా 17

చనువుగ విశ్వామిత్రుని
వెనువెంటంజనీయు నధిక వీరత్వమునన్
గినుకను మారీచాదుల
ఘనముగ నోడించిక్రతువుగాచినరామా 18

వాటమగు నిశితశరమును
సూటిగ కోదండమునను శూరతమెరయన్
పాటిగ నెక్కిడివేగమె
తాటకిధర గూల్చినట్టి దశరధరామా 19

ఆనువుగ శబరీనతినతి
వనఫలములదెచ్చియిచ్చి వరమిమ్మనుచున్
దనరుచువేడినస్వర్గము
ఘనమతితోనొసగినట్టి ఘనుడవురామా 20

సరవితో విశ్వామిత్రుడు
వరుణాస్త్రము మొదలుగాగ వరశస్త్రలన్
వరదుడమీకైయొసగగ
సరవితొగైకొన్నదీర సాహసరామా 21

భువిపాలు లెందరో
శివుఛాపంబెత్తలేకశిగ్గునబోవన్
అవలీలనెత్తిదానిని
జవమొప్పగ ధృంచినట్టిజానకిరామా 22

జనకుడు సంతోషమున
దనపుత్రినిసీతనివ్వ దద్దయుప్రీతిన్
మునిజనములు దీవించగ
ననువుగ బెండ్లాడినట్టి యచ్యుతరామా 23

జనకుని యానతి మీరక
వనములకున్ బోవుచుండ వచ్చెదమనుచున్
అనుజుడు సతియునువేడగ
కనికరమునవొప్పుకొన్న ఘనుడవురామా 24

అనుజుడు దెలియక రాక్షస
మునినొక ఖడ్గంబుచేతమోదగనటకున్
మనమున రేగుచువచ్చిన
దనుజు దునుమాడినట్టి ధైర్యుడరామా 25

లంకాధీశుంధీసున
పంకజముఖి నేవుమేర బట్టణమునకున్
బింకముతో గొని పోవుట
పొంకముతోదెలిసిగొన్న పుణ్యుడ రామా 26

ఇన సుతుడగు సుగ్రీవుడు
మనమున సంతోషమొంది మైత్రినిసల్పన్
ఘనముగ వాలిని గూల్చెద
నని యాభయం బసగినట్టి యానఘుడరామా 27

ఆంగుష్ఠముచే దుందుభి
భంగపుకాయంబు వేగబహుదూరముగా
చెంగున నెగరంజిలమ్మిన
సంగరభీషణ దైత్యసంహ్మరరామా 28

ఇనసుతుడు జూచచుండగ
ఘనకార్ముకమెక్కుబెట్టి గాంభీర్యమునన్
అనువుగ తాళంబులవడి
దనరుచుభువిగూల్చినట్టిధశరధరామా 29

జలజాప్తసుతుడు వాలియు
చలమునుబోరాడుచుండసాహోమతివై
బలురయమున నొకశరమున
నిలవాలినిధృంచినట్టి యనకులరామా 30

అభిచరులతోసుగ్రీవుని
యభిరామంబైనపురికి నరిగియునచట
అభిషక్తుడవైరమ్మని
యభిమతమున సెలవొసంగు యచ్యుతరామా 31

ఇనపుత్రుడు హనుమంతుని
దనరుచుజానకిని వెదుక దక్షిణదిశకున్
బనుపుచునుండగ ముద్రిక
నెనరుననిడినట్టి కమలనేతృడరామా 32

హనుమంతుడులంకకుజని
యనువుగ తావచ్చినతెర గాద్యంతముగన్
ఘనముగ జెప్పగ వినియును
మనముననుప్పొంగినట్టి మాన్యుడరామా 33

శరణని రావణుతమ్ముడు
సరగుననీమరుగుచేర సాహసమొప్పన్
కరుణతొబ్రోచినధీరుడ
నరసురనుత పరమపురుష నగధరరామా 34

తనరుచు విభీషణునకును
ననువుగ వనచరులుమెచ్చ నభిషేకంబున్
మనమున జెలగుచు లంకను
ఘనముగనొనరించినట్టి ఘనుడవు రామా 35

జలనిధి తెరువీకుండిన
బలుకోపమునొందియంత బ్రహ్మాస్త్రంబున్
జలమటు నింకుటకొరకై
పొలుపారిగదొడగినట్టిపూజ్యుడ రామా 36

అచ్చెరువొందగరావణు
జెచ్చెరఘనతూపులేసి జెలగుచువానిన్
ఆచ్చుగ లంకకుసురలటు
మెచ్చగనురకించినట్టి మేటివిరామా 37

దండిగధనువును దాల్చియు
మెండగు కాండంబులేసి మేటులకెల్లన్
గుండెలురుఝల్లన దైత్యుల
చెండాడిన వశఈరధైర్యశ్రేష్ఠుడరామా 38

అమరారుల బలుదురమున
సమయించగవలెనటంచు శస్త్రాస్త్రములన్
మమతతో రధమున నింధ్రుడు
బ్రమదంబున బనుపగొనిన బధృడరామా 39

దురమునరావణు శిరములు
మరికరములుద్ధృంచ నవియు మగుడన్ బుట్టన్
ఆరయుచు విస్మయమొందిన
ధరణీవర భక్తవరదదశరధరామా 40

దనుజేంద్రు నమృతకలశము
ననలాస్త్రంబేసిదాని నార్చియుయంతన్
దునియాలుగ కరశిరములు
ఘనముగధరగూల్చినట్టి ఘనుడవురామా 41

భువనంబులన్ని యొక్కట
కవళంబు జేసిమ్రింగ గలిగెడు దైత్యున్
ఆవలీల ధరణిగూల్చిన
నవసుందరనిర్మలాత్మ నయగుణరామా 42

సురసిద్ధసాధ్య గణములు
అరదుగ జయజయ మటంచు ననుచుండగ
దురమున రావణుధ్వంచిన
దరధరవరవీర ధైర్యదర్పితరామా 43

భువిజనములుదలచిముక్తి బందుదురనుచున్
భువిజనములుదలచిముక్తి బందుదురనుచున్
దివిజేంద్రునిచేనెంతయు
బవరముగ బగడబడినభాసురరామా 44

కమలభవాండము నేలెడి
విమలుండవు సర్వవేద విదుడవుననుచున్
అమరులునందరుగూడగ
కమలుజుచేవేడబడినగౌరవరామా 45

సరవితోరావణుధ్వంచియు
సురలనుపోషించట్టిశూరుడవరయన్
దురమునధీరుడవీవని
హరుచేస్తుతియించబడినయచ్యుతరామా 46

అనువుగసీతాసతితో
నేనయుచు పష్పకవిమానమెక్కియువీకన్
వనచరవరులనుగూడుక
ఘనముగాపురి జేరనరగు ఘనుడవురామా 47

మనమున హర్షమునొందుచు
జనుచుండగనపుడంవరుసజరిగినపనులన్
జనకునిపుత్రికివినుమని
దనరారుచుదెల్పినట్టిదశరధరామా 48

నందిగ్రామమునకుము
న్ముందుగ జనివార్తలెల్లమోదముభరతున్
జెందగ దెల్పుమటంచును
నందముగా హనుమబనచు నతీబలరామా 49

సరవితోనయోధ్యకునుజని
శిరులప్పగభూసురాభిషిక్తుడవగుచున్
ధరపతులకువనచరులకు
వరభూషణలసగినట్టివంద్యుడరామా 50

పరమానందము జెందుచు
భరతుప్రార్థించమిమ్ము బౌరులుమెచ్చన్
వరభూషణాంబరాదుల
సరగున ధరియించినట్టి సాహసరామా 51

వనచరులను హనుమంతుని
యినపుత్రుని యంగదాది యష్టులవరుసన్
దనరుచుపురములుజేరగ
వినయంబునబనిచినట్టి వీరుడరామా 52

వాసిగ తమ్ములుగొల్వగ
భాసితమగు ధరనయోధ్యబౌరులు మెచ్చన్
ఆసక్తి మీరజేకొని
భాసురముగ నేలినట్టి భవ్యుడరామా 53

విముఖుడు గార్గ్యుడు కణ్వుడు
సముఖుడు జాబాలికాది సన్ముని ముఖ్యుల్
సమహితమతి కుంభజుతో
నమరగరాబూజలసగుయచ్యుతరామా 54

దనుజేంద్రుని వృత్తాంతము
దనరుచుమునిపుంగవుండుదడయక దెలుపన్
ఘనముగదెలసిన ధీరుడ
జనవందితనిర్మలాత్మ జానకిరామా 55

జనకునికైవడి మిమ్ముల
జనసాధుడనమ్మినాను చయ్యనమీరున్
జనుడనిభుషణలసగియు
జనకునిపురి కనచినట్టి జానకిరామా 56

ధనపతి ప్రీతివిమానము
దనరుచుబనుపంగనంతగి దానితోమరలన్
జనమెట కైనదలంచిన
ఘనముగరమ్మన్నయట్టి ఘనుడవురామా 57

అరుదుగ పురోపవనికిని
సరసముగా సీతతోడ సంతసమొదవన్
వరరధమెక్కుచుజనియును
సరసోక్తులజెలగినట్టి సాహసరామా 58

నిమిన్నృగురాజులకధనం
బమరంగానీలుచరిత్ర మంతయు వరుసన్
అమలతలక్ష్మణవినుమని
రమణీయమగాగదెల్పురఘుకులరామా 59

ఆవిరళబలు శత్రుఘ్నుని
చ్యవనాదిమహర్షులెల్లచయ్యానవేడన్
లవణాసురదను దుష్టుని
బవరంబున ధ్వంపుమనుచు బనచినరామా 60

మునియనబరగిన శూద్రుని
ఘనఖడ్గము దాల్చివాని ఖండించివెసన్
దనరుచుభూసురపుత్రుని
ననవుగ బ్రతికించి నట్టి యనఘరామా 61

ఘనహయ మేధముజూడగ
జని లక్ష్మణసకలమునుల చయ్యని నిటకున్
వినయమునదోదితెమ్మని
దనరారుచుబనచినట్టిధరణిరామా 62

మునివరులందరురాగా
వినయంబునమ్రొక్కివారి వేడుచుగడకన్
ఘనహయ మేధముజేఉగ
ననుమతి గైకొన్న రాక్షసాంతకరామా 63

వనచరులను ధరపతులను
ఘనమునమనభందువులను గ్రక్కుననిటకున్
ననువుగదోడుకరమ్మని
యొనరగలక్ష్మణునకాజ్ఞనొసగినరామా 64

మరిగోమతీతీరంబున
సరగున మఖశాలయొకటిచయ్యననపుడున్
వరశిల్పులబిలిపించియు
ధరమెచ్చగగట్టమన్న ధశరధరామా 65

పురజనులభూసురుల
వరభటులను నాశ్రితులను వంద్యుల మరియున్
సరగున వీణావాద్యుల
భరతుని రప్పింపుమని బనిచిన రామా 66

ఇనవంశోద్భవుడగునా
యనుజన్ముడు లక్ష్మణుండు యశ్వంబునకున్
అనువుగ రక్షకుడనిలిపి
ఘనహయమునకు ఫాలముననను గట్టినరామా 67

బలవంతులుగా నుండిన
బలుమరునివ్వాజిగట్టి పట్టుడులేదా
వలశినయాభరణాదుల
సలలితముగ నొసగుడన్నసాహసరామా 68

జనులందరు కీర్తింపగ
మునులందరు త్రుప్తినొందిమోదముజెందన్
అనువుగ హయమేదంబును
ఘనముగ ముగియించినట్టి ఘనుదవురామా 69

పదిలముగాగ నయోధ్యను
సదయుడవైయందు జనులు సంతసమెందన్
పదునొక్కవేలయేడులు
వదలక పాలించినట్టివంద్యుడరామా 70

భవదీయంబగు నామము
భవహరమని నమ్మినేనుభక్తితోనెపుడున్
అవనీశదలంచుచుందెద
నవసందరనిర్మలాత్మనయగుణరామా 71

శరణనివేడినవారల
సరవితోరక్షించు సాహసమొప్పన్
వరదుడమీకుంగలిగెను
సురసేవిత భక్తవరదశోభితరామా 72

ఏవపుజన్నము ధరలో
భూవంనేజెంద వెంచి బూజ్యడమిమ్మున్
కావుమనిశరణుజచ్చితి
పావనినుతనన్నుబ్రోవుభవ్యుడరామా 73

తల్లివి తండ్రివినీవని
యుల్లంబునదలచి నేనునొప్పుగ మిమ్మున్
ఎల్లప్పుడువేడెదనుభూ
వల్లభనను కరుణజూడు వరగుణరామా 74

ఈవనయము నాతప్పుల
కావవెమిముదలచినేనుఘనముగ నెపుడున్
భవనజేసెదమదిలో
భావనగుణకరుణజూడుపట్టపురామా 75

కరుణతొభక్తులబ్రోచిన
వరదుడవీవనుచు దెలిసి వర్యుడనాకున్
ఆరుదుగనాశలుబుట్టెను
దిరముగ నాతాపములనుదీర్చవరామా 76

దురహంకారుడగావున
సురసేవితనాశ్రయంబుజచ్చితిమిమ్మున్
సరగునసద్గుణమిచ్చియు
నరవంద్యుడనన్నుబ్రోవు నగ ధరరామా 77

దాసుడమీకని మనవిని
జేసితినను పాలనంబుజేయవె మరియున్
గాసిలియుంటిని రాఘవ
దోసిలి బట్టితిని బ్రోవు దోర్బలరామా 78

దీనశరణ్యుడకృపమీ
వానిగ నన్నేలుకొనవె వాంఛలుదీరన్
మానుగనెప్పుడు మదిలో
ధ్యానము జేయుచుందు దప్పనురామా 79

పట్టితి తమ పాదంబుల
గట్టితి తమ దాస్యమునకుగంకణమిపుడున్
నెట్టవె దోషంబులనె
పుట్టున ననుగావవయ్య బల్మరురామా 80

న్యాయము జెందగ మరిన
న్యాయముమదిజేరకుండ నచ్యుతనన్నున్
బాయకయుండెడిప్రభువీ
వేయనినినునమ్మినాడనిప్పుడురామా 81

ఎక్కడజూచిన భువిలో
నక్కజముగ నీదుమహిమ లంతటవెలసెన్
జక్కగవేదెద రాఘవ
మక్కువ నాపైనయుంచుమాన్యుడరామా 82

నిను గొనియాడెదశ్రీధర
ఘనముగ మీపైనభక్తిగలుగగనిమ్మో
సనకసనందన వందిత
యనువుగ మిము దలచుచుందునచ్యుతరామా 83

అపదలు బాయగజేయవే
నీపదముల నమ్మి నేడు నిశ్చలబుద్ధిన్
తాపములన్నియు విడచియు
ప్రాపని నినుజేరినాడ భరమారామా 84

శాంతగుణంబులచే భూ
కాంతుడ నాకోర్కెలెల్ల గడతేర్చవేనిన్
స్వాంతములోదలచుచు న
త్యంతము మరివేడుచునుందుననఘుడరామా 85

తనరుచు నుండెదవంతట
ఘనరూపుడ నిన్ను నేను గనుగొనజాలన్
అనువుగనీమాయలనే
వినుతించగనెంతవాడ వీరుడరామా 86

చక్కని నీరూపంబును
మక్కువతో సాకుజూపు మానుడమిమ్మున్
పెక్కువిధంబులవేడుచు
జక్కగనేమ్రొక్కులిడుచుశాశ్వతరామా 87

తప్పులనెంచక రాఘవ
ఒప్పుగ నను మీదు కడను యుండెడినటులన్
తప్పకవరమిమ్మనినే
నెప్పుడు మిము గోరుచుందు నినకులరామా 88

వింటిని మీ కథలను మరి
గంటినిమీ పాదములను ఘనుడానేమీ
వెంటం దిరుగుచునుండెద
బంటుగ నను నేలవయ్య భవ్యుడరామా 89

స్రుక్కెను నాపాపాంబులు
దక్కెనుతమపాదసేవధరణీస్థలిలో
చిక్కెనిదే మీ కథామృత
మక్కజము జుర్రుకొందునాశనురామా 90

సతతము మీపాదపద్మము
అతిభక్తితోబూజజేసి యచ్యుతమిమ్మున్
మతిలోదలచుటకంటెను
యితరంబేనొల్లనైతినినకులరామా 91

చల్లని చూపుల చేతను
నెల్ల సుఖంబుల నొసగి యెప్పుడు సీతా
వల్లభననుబ్రోవవెనా
యుల్లంబుననమ్మినాడ నోపికరామా 92

చక్కెరయు క్షీరంబును
నక్కజమగుఘృతముమరియునన్నిటకన్నన్
ఎక్కువరుచి మీనామమె
యెక్కడనుండిదలతు యినకులరామా 93

అమితములగుపాపంబుల
కుమతినినైజేసినాడ గొంటెతనమునన్
ఆమరగ పరిహారమునకై
అమలుడ నిను వేడుచుచుందునచ్యుతరామా 94

ఇనవంశుడ లోకేశుడ
జననుతడాభక్తవరద సారెకుమదిలో
ఘనబలుడవునీవనచును
దనరుచునేదలచుచుందు దశరథరామా 95

అమితదయారసుడవుస
ద్విమలుండవు పరమపురుష వీరుడవరయన్
సమదిక గుణుడవునినీమీ
సముఖంబునుజేరినాడ సాహసరామా 96

ఏమివరంబనివేడుదు
నామదిలోకోర్కెలన్నోనగధరగలిగెన్
భూమిజనాధుడయిప్పుడు
నీమముతోనిన్నుగొలుతు నిర్మలరామా 97

నమ్మియుమీచరణంబుల
నెమ్మనమునదలచుచుందునెనరునదేవా
నెమ్మతమగు శ్రీమోక్షము
నెమ్మితోనాకొసగువయ్య నేర్పునరామా 98

ఒప్పులతప్పుల నెరుగను
జెప్పితినేనేర్చినట్లు శ్రీకర మీరున్
ఒప్పుగనా మనవిని నే
చొప్పునగైకొంద్రొతెలియశోభితరామా 99

మంగళము భానవంశజ
మంగళము దయాబ్ధి సాంద్రమంగలమెపుడున్
మంగళము సకలరక్షక
మంగళమిదెభక్తవరద మనుకులరామా 100

శ్రీ రామార్పణమస్తు

అనుబంధము - 2B

శ్రీ సీతమ్మ దండకం

1. శ్రీ మన్మహాదేవి నీరేజ పత్రేక్షణా
2. కుంద కల్హార, చాంపేయ, సౌగందికె
3. పుష్ప ధమ్మిల్ల సంకాశ భాసననా
4. చిత్ర కస్తూరి,రేఖాంచితా, మంద
5. హాసా, మహా పద్మ రేఖాన్వితా దివ్య
6. తాటంక సంపూర్ణ రత్న ప్రభాజాల
7. గండస్థలీ మంజువాగ్వైఖరీ నిత్యసం
8. తోష భక్తావళీలోల సంరక్షణా
9. చిత్త భాసాపరంజ్యోతి రూపీ మహా
10. దైత్య భూతాది భేతాళ వర్గాది
11. సంహార శక్తి త్రినేత్రీ త్రిరూప మహా
12. మంత్ర యంత్ర ప్రశస్తాధికారీ
13. జగన్మోహినీ దేవతా పద్మపాణీ రమా
14. వైభవానంద శృంగారగాత్రీ మహాఘోర
15. సంసార తాపత్రయా భీల పాపంబు
17. లన్ నీదు నామంబుచే మాయమైపోవు
18. నీ పంచ భూతంబులున్ వృద్ధిగా జెంద
19. నీయందు బద్నాల్గు లోకంబులన్
20. జంద్ర సూర్యాదులు న్నష్టదిక్పాలకుల్
21. యక్ష గంధర్వ సిద్ధుల్మహాదేవ సం
22. ఘంబులున్ శైలముల్ దివ్య రత్నంబులున్
23. గల్గు మాయా ప్రపంచంబు మాయంబుగా
24. జేయు భూతేశ్వరీ సర్వ సంపత్కరీ
25. సర్వ లోకక్రియాశక్తివైయుందువే
26. నీవు నిర్మింపగా బ్రహ్మయుంగూడి యి
27. ఛ్ఛాప్రకారంబుగా సర్వవేదంబులున్
28. సర్వ మంత్రంబులున్ సర్వతంత్రంబు
29. పద్యము ల్గద్యముల్ బంది సరు
30. తృసంభూతమై తోచి ప్రజ్ఞానశక్తి
31. రమాదేవివై విష్ణుతో గూడి భోగార్థ
33. నాద బిందు స్వరూపాక్షరా హంసతత్వం
34. బుతో మూడు వర్ణంబులై యేకమై
35. దివ్యమై సేవ్యమై భవ్యమై దివ్యతేజో నిరా
36. కారమై సర్వసాక్షి ప్రసన్నంబు లోలాడు
37. భద్రే భయానా మహామోహపాశంబులన్
38. గట్టు నీ శక్తిచే మత్త శుండాల ముల్బెంధ
39. వానీకమున్ ఛత్రము ల్బైన్యముల్గల్గు
40. కారుణ్య సంపత్తిచే నిత్య కల్యాణీ
41. సీతా మహాదేవీ శ్రీరామభద్రుండు
42. వైకుంఠవాసుండు నీవే మహాలక్ష్మీ
43. మీ కన్న నింకేమియున్ లేదు మిమ్మున్ సదా
44. స్తోత్రముల్సేయు పుణ్యాత్ములున్
45. దివ్యులై వచ్చి సారూప్య సాయుద్యముల్చెంద
46. రే దీన మందార వృక్షా స్పదాహేతు చి
47. త్తాన్వితా యెంచ శేషహికైనన్ వశంబౌనే
48. శ్రీ రామదేవీ నమస్తే నమస్తే నమః

అనుబంధము - 2C

సీతమ్మకు వినుతి

జననీ సర్వం సహాదేవి జనకుడఖిల
శాస్త్ర గుప్తార్థ సిద్ధుండును సజ్జనాభి
రాము రాత్మే శ్వరుండుగ రాణమిగలు
ఆర్థి జన కల్పవల్లి సీతమ్మ తల్లి

విప్రరసనాగ్ర మంజుల వేదఘోష
యు జనకరాజు పొందిన యజ్ఞఫలము
తరణికులము వెల్గించు రత్నాల దివ్వె
ఆర్థి జన కల్పవల్లి సీతమ్మ తల్లి

సంశ్రిత జనాఘ కార్పాస సప్తజిహ్వ
విశ్వ కారణు బ్రకటించు, వేదబుక్కు
హరి పరంజ్యోతి దెల్పునధ్యాత్మవిద్య
ఆర్థి జన కల్పవల్లి సీతమ్మ తల్లి

విమల దుగ్ధాబ్ధి దేటిన యమృతరసము
హరి యురము వన్నెపెట్టుననర్ఘ భూషణ
ఆగమాంతర్నిహిత పరమార్థ చయము
ఆర్థి జన కల్పవల్లి సీతమ్మ తల్లి

ధర్మపత్నీత్వ లబ్ధికాదర్శరేఖ
శ్రీరఘూద్వహ హృదయ దయారసంబు
మదిని సత్రి గృహిణి మెచ్చుమణిశలాక
ఆర్థి జన కల్పవల్లి సీతమ్మ తల్లి

పుణ్యజనయోషి దవన కారుణ్యరాశి
గర్భమున జంటముత్యాలగన్న శుక్తి
యాద్యకవి మన్నపరిపాకమైన కరుణ
ఆర్థి జన కల్పవల్లి సీతమ్మ తల్లి

మహిత గార్హ స్థ్య ధర్మప్రమాణ పంక్తి
పవనతనయ సుదృక్పుణ్య వర్ధనంబు
హుత వహుడు సోకవెరచినయుజ్జ్వలంగి
ఆర్థి జన కల్పవల్లి సీతమ్మ తల్లి

అనుబంధము - 2D

మైనంపాటి భాస్కర్‌ను ప్రభావితం చేసిన పాట

కులము మత సంకుచిత భావము
లలమనీయక మానసమ్మున
కలలు గాంచిన స్వర్గఖండము గాగ
భరతభూమి జేయగ
భారతీయ కుమార వీర ప్రతినగైకొనరా

దీని గురించి పేజి నం. 25 లో ప్రస్తావించబడినది.

అనుబంధము - 2E

శ్రీ కర్నూలు ఆంధ్రగ్రంధాలయము 41వ వార్షికోత్సవ సందర్భమున

సీ// కర్నూలు పౌర భాగ్య స్థాపితాంధ్రగ్రం
ధాలయ మొక్క దేవాలయముగ
స్థాపక వాఙ్మయోద్ధారక వేంకట
రామయ్యనియతినర్చకుడుగాగ
వాసిగ పిపాసచేనరుదెంచు
పాఠకావళిభక్తపాలుగాగ
నేటేట జరిపెడి నీ వార్షికోత్సవాల్
క్రమమగు బ్రహ్మోత్సవములుగాగ

గీ// ప్రధితమౌ తుంగభద్ర తీర్థంబు గాగ
ప్రాజ్ఞ విజ్ఞానమే మంచిఫలముగాగ
ధరణి వర్ధిల్లు నాచంద్రతారకముగ
దివ్యవాణీ కృపారస దృష్టిబలిమి.

అనుబంధము - 2F

పుస్తకాల తాతయ్య

కం. **శ్రీముచ్చుకోట** కులమున
ఏ మచ్చ నెరుగ నంటి నెలబాలుండై
సీమకు మణియగు **వేంకట**
రామయ్య కొసగుచుంటి ప్రస్తుత శతమున్ ॥

కం. గ్రంధ చయంబునకే-సుమ
గంధమ్ము నలందినట్టి కర్మజుండై
గ్రంధాలయోద్యమముతో
భంధమ్ములు పెంచుకొనుచు ప్రధితుండయ్యెన్ ॥

కం. అన్నను తిన్నను నిద్రి
స్తున్నను, కన్నను కథవినుచున్నను నిరతం
బెన్నగ జాలని సేవను
మిన్నగ నుద్యమ మునకిడె మేరునగంబై ॥

కం. అతని పావన జీవన
స్రోతస్విని తెలుగునాట శోభామయమౌ
చేతన కలిగించెడి గతి
నూతనమగు యూతనొసగు నుతు పాత్రంబై ॥

కం. మహితోద్యమమునకు-పితా
మహుడనిబిరుదమ్మునొంది-మాన్యడటంచున్
విహుతులచే పూజలుగొని-
సహనాత్ముడు ముచ్చుకోట-**శాశ్వతుడయ్యెన్** ॥

కం. పుస్తకముల తాతయ్య-స
మస్తాంధ్ర వనమ్మున పరిమళములనిదుచున్
మస్తకములందు నిలచుచు
కస్తూరిని పంచుచుండు కాలమ్మెలన్ ॥

పద్యమౌళి, పద్యభాషి
డా॥ రాధాశ్రీ (డా॥ డి.ఎ.వి.ఆర్.కె. ప్రసాద్)
సీనియర్ మేనేజర్, సిండికేట్ బ్యాంక్. సెల్ : 9494481210

అనుబంధము - 3

Copy of Document No.5 of 1904 తాడిపత్రి తాలూకా ముచ్చుకోట గ్రామంలో రామయ్య యింటిలో **1904** వ సం.జూన్ నెల **22** తేదీ పగలు **12** గంటలకు దాఖలు చేసినది. కరణం రామయ్య వ్రాశి ఇచ్చినట్లు ఒప్పుకున్నది (బొటనవేలి గుర్తు) కరణం రామప్ప నల్లప్ప కుమారుడు బ్రాహ్మణ యినాం, ముచ్చుకోట.

నిరూపించినది. **1) V.Hanumantha Rao Son of V. SanjeevaRao Brahmin. Police Inspector, Tadipatri.**

2) భట్టరు వెంకటనర్సు దత్తు కుమారుడు వేంకటరాయుడు సాక్షి వ్రాలు బ్రాహ్మణ కరణీకం పని వల్ల జీవనం

1904 వ సం.జూన్ నెల **22** తేదీ **K.V.Subbaiah sub registrar. III** పుస్తకం **1**వ వాల్యూం **209-210** లలో **5** వ నంబరుగా రిజిష్టరు చేయబడినది. **1904** వ సం.జూన్ నెల **22** తేదీ చెల్లించిన రుసుము పద్నాలుగు రూపాయలు.

K.V.Subbaiah sub registrar..

1904 వ సం. జూన్ నెల **22** తేదీలు అనంతపురం జిల్లా తాడిపత్రి తాలూకా సబా తాడిపత్రిలో ఉండే బ్రాహ్మణ స్మార్థ పోలీసు యినస్పెక్టరు పని వల్ల జీవనము చేసే వెలిదిండ్ల హనుమంతరావు గారి కుమారుడు సుబ్రహ్మణ్యం సదరు తాలూకా ముచ్చుకోటలోఉండే బ్రాహ్మణ స్మార్థ కరణీకం యినాం వల్ల జీవనంచేసే కరణం వేంకట్రాయుని కుమారుడు వేంకట్రామయ్య ఈ ఉభయులకు సదరు తాలూకా ముచ్చుకోట గ్రామంలో ఉండే బ్రాహ్మణ స్మార్థ కరణీకం ఇనాం వల్ల జీవనంచేసే కరణం నల్లప్ప కుమారుడు రామయ్య వ్రాయించి యిచ్చి వీలునామా యేమంటే అనంతపురం డికట్టు తాడిపత్రి సబ్ డికట్టు లోచేర్ని ముచ్చుకోటలో గ్రామంలోను భూములు ఇండ్లు,రాయలచెర్వు గ్రామంలోను యాడికి గ్రామంలోను వేములపాడు గ్రామంలోను కోనుప్పలపాడు గ్రామంలోను సదరి అనంతపురం డికటులో చేర్ని అనంతపురం తాలూకా పెరవలి గ్రామంలోను భూములు ఇండ్లు, కర్నూలు డికట్టు పత్తికొండ తాలూకా ప్యాపిలి సబ్ డికట్టు లో చేర్ని బూర్గుల గ్రామంలోను జంబిశెట్టి క్రిష్టప్ప పేర యినామతి దాఖలా యండి నా స్వాధీననుభవంలో ఉండే జమీనున్ను యీ ఉదహరించ్చి వుండే గ్రామాలలో నా పేర యినామతి గాను పట్టాగాను

ఉండే భూములలో నేను ఇదివరకు యితరులకున్ను మీతంఁడ్రి గారికిన్ని ఈ దినం సర్కి విక్రయించి వుండే భూములు తప్ప మిగతా నా తాలూకు యావదాఆస్తులు మీ ఇద్దరు దౌహిత్రులు గనుక నా యొక్కయు నా భార్యయొక్కయు జీవనాంతరము మీరు బాధ్యులయ్యి వుభయిలిద్దరు చేరి అర్ధముగా హక్కు గలిగి అనుభవంచుకోవలశ్నిది.నేను ఇదివరకు ఇచ్చి ఉండే ముని గుత్త కౌళ్ళు జరిపించవలశ్నిదిగానున్నూ నేను నా పెద్దకుమార్తె యీశ్వరమ్మకు లగ్నకాలమందు దానముగా యిచ్చిన ముచ్చుకోటగ్రామం పొలంలో సర్వే 333 నంబరు య1.45తరము2-14-0యీ జమీనుల మీకే వదలవలశ్నది గానున్నూ ముచ్చుకోట గ్రామంలో నేను కట్టించిఉండే రామేశ్వరస్వామిదేవునికిగాను పూజలు జరుపుటకు వుంచ్చి వుండే భూములనగా ముచ్చుకోటగ్రామం పొలంలో సర్వే 168 య 5-3 తరము రూ 10/1/0 సర్వే 177 య 1.6 తరం రూ 3/4/0 సర్వే 14 య-12.14 తరము రూ 4/9/0 యీ జమీనులుకున్ను పైనీ వుదహరించ్ని రాయలచెర్వు గ్రామంలోను యాడికి గ్రామంలోను వేములపాడు గ్రామంలోను కమలపాదు గ్రామంలోను కోనుప్పలపాడు గ్రామంలోను బూర్గుల గ్రామంలోను పిన్నేపల్లి గ్రామంలోను వుండు జమీనులునూన్నూ యివి అన్నీ పైన చెప్పిదేవునికి పూజలు వగైరా జరపుటకు యినాముగా వుంచ్చూతూ జమీనులకు మీరు మేనేజర్లుగా వుండ్డి జరిపించవలశ్నిది. యిందులో ఉదహరించ్ని యేర్పాట్ల ప్రకారము జరిపించుతూ మా జీవనాంత్తరము మీఉభయులు భాధ్యులయ్యి చేరి అర్ధములనుభవింకోవలశ్నిది అని నా మనపూర్వకముగా వ్రాయించ్చియిచ్ని వీలునామా యిందుకు వప్పితమూ కరణంరామయ్యా యిందులకు సాక్షులు :

1) అమళ్ళదిన్నె పా.ఆదినారాయణప్ప/ముచ్చుకోట నర్శిరెడ్డి కుమారుడు బాలిరెడ్డి--సాక్షివ్రాలు.

బిక్కలం పాటిలోరావి కొండయ్య వ్రాశ్నిది.

తుడుపు రిజిష్టరులో హంసపాది వగైరాలులేవు. /c.s.copied by Rangareddy clerk examined byH.Narasimhabutt/K,Subbaiah subregistrar.

అనుబంధము - 4

Copy of DOCUMENT No -1024 of 1926 (FILED IN FILE BOOK1 VOL170 pages 146,147) Dt. 12-7-1926

1000 రూ.లకు భూదాన గృహదాన పత్రము. కర్నూలు జిల్లా కర్నూలు టవును క్రొత్తపేటలో 193 నెం.ఇంటి మేడపైనుండు ఆంధ్ర గ్రంథాలయము కార్య నిర్వాహకునకు కర్నూలు జిల్లా కర్నూలు టవును క్రొత్తపేటలో నుండు ముచ్చుకోట కరణం వేంకటరాయని కుమారుడగు టీచరు వేంకటరామయ్య వ్రాసి యిచ్చినదాన పత్రము :-

సర్వజనసేవ్యమే యొక సేవనమనియు అట్టి యోక సేవనమే భగవత్సేవయని నాకు ధృడ విశ్వాసము కలుగుటం జేసి ఆంధ్ర భాషాభివృద్ధికిని, జ్ఞానాభివృద్ధికిని తోడ్పడెడు పై గ్రంథాలయమును 1/8/1923 తేదీన స్థాపించితిని. ఈ గ్రంథాలయమును శాశ్వతము గాను అచంద్రతారార్కముగాను నడుపవలెనను ఉద్దేశ్యము కలుగుటచే ఈ గ్రంథాలయ కార్య నిర్వాహతను వంశపారంపర్యముగా నుంచుకొని శ్రీపరమేశ్వర ప్రీత్యర్థంబుగా నీ క్రింది షెడ్యూలులో వివరింపబడిన స్థిరాస్థులను పై గ్రంథాలయ కార్యనిర్వాకునకు అప్పగించితిని. ఈ ఆస్తులను ఆయకముంచుటకు, అమ్ముటకు, కార్యనిర్వాహకునకు అధికారము లేదు. భుములనుండి వచ్చు వరబండిని ఏవిధముగా వినియోగించిన గ్రంథాలయము ఏ విధముగా వ్యయపకుండిన గ్రంథాలయము పనులు జరుగవో అట్టి సందర్భములను గుర్తించి ఆ వరంబడిని వినియోగించుటకు ఈ గ్రంథాలయ కార్యనిర్వాహకునకు అధికారము కలదు. అని నా రాజీనొప్పి వ్రాసి యిచ్చిన దానపత్రము.

షెడ్యూలు

1) కర్నూలు జిల్లా కర్నూలు టవును 41 క్రొత్త పేట వీధిలో 193 నెం ఇంటిపై నుండి 19 అడుగుల పొడవును 13 అడుగుల వెడల్పును తూర్పు వాకిలిని అన్ని దిశలయందును 193 నె యింటిని కల్గిన మేడ

2) కర్నూలు జిల్లా కోయలకుంట్ల తాలూకా కోయలకుంట్ల సబ్ డిస్ట్రిక్టు లో చేరిన చిన్నకొప్పెర్ల గ్రామ పొలములో చేరబడి నా హక్కు ఆధీన అనుభవములో కల ఇనాము భూముల వివరములు

సంఖ్య	ఖుష్కి ఇనాం	సర్వే నెం.	ఎకరములు / సెంట్లు	రూ. అణాల పైసలు	పేరు	దిశ
1	డి	221 పైకి	2.43	1-3-6	చౌటిచేను 1/2	ఉత్తరము
2	డి	229 పైకి	2.58	5-2-6	నల్లవాగుచేను 1/2	ఉత్తరము
3	డి	241 పైకి	6-47 1/4	12-15-3	చంద్రయ్య చేను 1/4	ఉత్తరము
4	డి	237 పైకి	0.97 1/2	1-15-0	తిరుగు గడ్డ 1/2	తూర్పు
5	డి	235 పైకి	0-13	0-4-0	తిరుగు గడ్డ 1/2	తూర్పు

షరా :- 1 వ నెంబరు లో తెలుపబడిన మేడ 193 నెం. ఇంటి పైనుండుట వలన ఆ ఇంటిలోని వారికి పైన గ్రంథాలయముండుట వలన ఇబ్బంది అని తోచిన పక్షమున అ మేడకు బదులుగా రూ. 500 అక్షరాలా అయిదు వందల రూపాయలకు తక్కువ వెలచేయు వేరొక భవనమును గ్రంథాలయమునకు ఆ ఇంటి వారొసగ గలిగినచో ఆ ఇంటివారు ఆ మేడను తీసికొనవచ్చును. ఇందుకు సాక్షులు :-

12-7-1926 M. Venkataramaiah teacher C.M.H school.

B.J. Rockwood Principal Coles Memorial High School.

O. Lakshmanaswamy Bar at Law. Kurnool. 12-7-1926.

బిక్కలం స్వహస్తము వ్రాసినది. ఉత్తరమున రాణోజీ తోటయును తూర్పున పుల్లాజీ ఇల్లును దక్షిణమున హై రోడ్డును పడమట పసుపుల శేష్టయ్య గారి ఇల్లును ఎల్లలుగా గల 193 నెం. ఇంటి పైనుండు మేడ.

అనుబంధము - 5

Document No 1262 of 1926 Dt. 24-8-1926

500 రూ.లకు బదలాయింపు దస్తావేజు **1926** వ సంవత్సరం ఆగష్టు నెల **24**వ తేదీ కర్నూలు జిల్లా కర్నూలు టవును క్రొత్తపేటలో నుండు అంధ్రగ్రంధాలయము కార్యనిర్వాహకుడగు యం. వేంకటరామయ్య అను నేను **(1)** సదరు జిల్లా సదరు తాలూకా క్రొత్తపేటలో నుండు ముచ్చుకోట కరణం వేంకటరాయని కుమారుడగు టీచరు వేంకటరామయ్య

(2) అను ఇద్దరము కలిసి వ్రాసుకొన్న బదలాయింపు దస్తావేజు.

ఏ షెడ్యూలులో వివరింపబడి **500** రూ. వెల చేయు పై గ్రంధాలయ ఆస్తిని **2** వ ఇసుమగు యం.వేంకటరామయ్యకు - బి షెడ్యూలులో వివరంపబడి **500** రూ. వెల చేయు **2** వ ఇసుముయొక్క ఆస్తిని సదరీ గ్రంధాలయము కార్యనిర్వాహకుడగు యం.వేంకటరామయ్యకు ఇచ్చుకొన్నాము, కనుక ఇంతటినుండి ఎవరికి ఏ ఆస్తి వచ్చినదో వారు అనుభవించుకోవలసినది.

12-7-1926 వ తేదీన వ్రాయబడి కర్నూలు రిజిష్ట్రరు గారి ఆఫీసులో **1024** నెంబరుగా రిజిష్టరు చేయబడిన దాన దస్తావేజులో ఏ షరత్తులున్నవో ఆ షరత్తులు యిప్పుడు గ్రంధాలయమునకు చెందిన బి షెడ్యూలు లోని ఆస్తులకు అన్వయించును.

షెడ్యూలు ఎ టీచరు ముచ్చుకోట వేంకటరామయ్యకు చేర్చబడిన ఆస్తి కరూలు జిల్లా కర్నూలు టవును **41** నెం. క్రొత్తపేట వీధిలో **193** నెం. గల యింటిపై నుండి **19** అ పొడవు **13** అ వెడల్పును తూర్పు వాకిలిని అన్ని దిశల యందును **193** నెం. కల యింటిని కలిగిన మేడ **193** నెం. గల యింటికి వుత్తరమున రాణోజీ తొటయు తూర్పున పుల్లాజీ ఇల్లును M.Vencataramaiah Manager Andhragranthalayam M.Vencataramaiah teacher C.M.H school ————

దక్షిణమున హైరోడ్డును పడమట పసుపుల శేషయ్య గారి ఇల్లును ఎల్లలుగా గలవు. బి పై ఆంధ్ర గ్రంధాలయమునకు చేర్చబడిన ఆస్తి కర్నూలు డిస్ట్రిక్టు కర్నూలు తాలూకా కర్నూలు సబు డిస్ట్రిక్టులో చేరిన సబా కర్నూలు క్రొత్తపేట **5** వ నంబరు వార్డు **41** తూర్పు పడమర్లగా నుండే వీధి దక్షిణపు వరుస మధ్య భాగములో నుండి తూర్పు ఈ ఇంటిపైకి శ్రీవేంకటేశ్వరస్వామి వారికి చెందిన యిల్లు దక్షిణము వెంకోజీ అబ్దుల్ రహిమాను అను వారల ఇండ్లు తాలూకు బైలు పశ్చిమము వెంకోజి యింటిలోనికి

నడువగలందులకై యంటూ యుండే సందు ఉత్తరము రోడ్డు అను చెక్కుబందికి లోనైన తూర్పు పడమర్లు **12** గలూ ఉత్తర దక్షిణాలు **81/2** గలు వస్తీర్ణం కల్గి కప్పు లేక నీటి కొళాయి పాయిఖానా కరివేపాకు చెట్టు కల బయలూన్ను, దీనికి లక్తీగా దక్షిణమున తూర్పు పడమర్లు **14** గలన్ను ఉత్తర దక్షిణము గ **41/2** గలున్ను విస్తీర్ణము కలిగి కప్పుతో నంటూన్న కర్నూలు మునిసిపాలిటీలో **278** నెం. కలిగి ద్వారమునకు ఇరు వైపుల అరుగులు కలిగి కర్నూలు డిస్ట్రిక్టు, డోను తాలూకా డోను సబు డి॥ లో చేరిన పెండేకల్లు గ్రామస్థులగు బిందుకూరు మామిళ్ళపల్లె అశ్వర్ధరామయ్య గారు వారి భార్య రామలక్ష్మమ్మ గారు సర్వ విధములుగా విక్రయమునకు జవాబుదారిగా నుంటూ **21/2/26** వ తేదీన వ్రాయించి **9-3-26** తేదిన కర్నూలు రిజిస్ట్రారు గారి ఆఫీసులో నాకు విక్రయించిన ఇల్లు.

M.Vencataramaiah Manager Andhragranthalayam

M.Vencataramaiah teacher C.M.H school.

Signatures other formalities of registration

అనుబంధము - 6

Deed No. 123 of 1941 Dt. 22-1-1941

1200 రూ.లకు విక్రయ దస్తావేజు **1941** వ సంవత్సరము జనవరి నెల **22** వ తేదీలు వ్రాయించు వారు ముచ్చుకోట కరణం వేంకటరాయుని కుమారుడగు యం. వేంకటరామయ్య టీచరు నరసింహరావుపేట కర్నూలు బ్రాహ్మణ కులము వయస్సు **44** సం. వ్రాయించుకొనువారు కార్యనిర్వాహకుడు ఆంధ్రగ్రంథాలయము కర్నూలు. పై గ్రంథాలయమునకు నేను ఇదివరలో ధర్మార్థముగా ఇచ్చి యుండిన **41** వ నెం. కొత్తపేట వీధిలో **424** నెం. గల ఇల్లు గ్రంథాలయమునకు నిరుపయోగముగా నుండి ఖాళీ నున్నందున సదరు ఇంటి దానమును రద్దుపరచి **1200** రూ. పండ్రెండు నూర్ల రూపాయలకు విక్రయించి సదరు పండ్రెండు నూర్ల రూపాయలకు నా హక్కు అధీనములోనుండు ఈ క్రింది షెడ్యూలులోని భూములను సదరు గ్రంథాలయ కార్య నిర్వాహకునకు విక్రయించి అప్పగించితిని. ఇంతటి నుంచి సదరు భూములను పై గ్రంథాలయ కార్యనిర్వాకుడు గ్రంథాలయ కార్యనిర్వహణము కొరకు సర్వాధికారములతో ఉపయోగించు కొనవచ్చును. నాకు గాని నా వారసులకు గాని ఎలాంటి హక్కు లేదు అని వ్రాసి ఇచ్చిన భూ విక్రయ దస్తావేజుని - **M.Vencataramaiah**.

షెడ్యూలు. కర్నూలు జిల్లా కొవెలకుంట్ల సబు డిస్ట్రిక్టు చిన్నకొప్పెర్ల గ్రామము -

సంఖ్య	ఖుష్కి ఇనాం	సర్వే నెం.	ఎకరములు / సెంట్లు	రూ. అణాల పైసలు	పేరు	దిశ
1	డి	124 పైకి	5.84	11.11.0	రంగప్ప చేను పూరానెంబరులో 1/2	
2	డి	153 పైకి	0.28	0.56	ఆరేమాను చేను 1/2	ఉత్తరము
3	డి	180 పైకి	5.22	10.70	ఆరేమాను చేను	ఉత్తరము
4	డి	181 పైకి	0.33	0.10.6	ఆరేమాను చేను	ఉత్తరము
5	డి	182 పైకి	1.12	2.40	ఆరేమాని చేను	తూర్పు
6	డి	233/1	2.3	2.9	తుమ్మాకుల గడ్డ 12	పంక్తి పై

M.Vencataramaiah.

అనుబంధము - 7

Document No 360 of 1941 Dt. 7-1-1941

1941వ సం. జనవరి **7** గృహదానము రద్దు చేయు దస్తావేజు. దస్తావేజు చేయువారు యం. వేంకటరామయ్య కరణం వేంకటరాయుడు గారి కుమారుడు టీచరు కర్నూలు నరసంహరావుపేట బ్రాహ్మణకులము వయ్యస్సు **44** సంవత్సరములు ఇదివరకు నేను కర్నూలు ఆంధ్రగ్రంధాలయమునకు ధర్మార్ధముగా ఇచ్చిన **41** కొత్తపేట వీధి కర్నూలు వుత్తర ద్వారము గల **424** నెం.గల్గి రూ **1000.00** వెల చేయునట్టి ఇల్లు, గ్రంధాలయము పనులకు ఈ క్రింది కారణముల వలన నిరుపయోగముగా నుండి భారముగా నున్నందున సదరు గృహదానమును రద్దు పరచుచున్నాను. సదరు దాన దస్తావేజు రిజిస్టరు ఆఫీసులో **1** వ పుస్తకము **55** వ వాల్యూము **340** పుటలో నెం. **1962/1926** రు గా రిజిస్టరయినది.

కారణములు :- నా నివాసము కొత్తపేట నుంచి నరసింహారావు పేటకు మార్చినందున నాకు గాని, నా ఇంటి వారికి గాని గ్రంథాలయము అందుబాటులో లేనందున **2)** గ్రంథాలయము పని జరగని కాలంలో దానిని కాపాడుటకు వాచరు, అందులో కడుగుటకు, శుభ్ర పరుచుటకు స్వీపరు మొదలగు సిబ్బందిని పోషించుటకు గ్రంథాలయమునకు ధనము లేనందున **3)** మున్సిపాలిటి వారు విధించు ఇంటి పన్ను, ట్యాపురేటు పన్ను మొదలగునవి చెల్లించుటకు ధనము లేనందు వలన **4ఎ)** వీధి పిల్లలు గోడపై నుండి బయలులోనికి దిగి ఆటలాడుచూ అల్లరి చేయుచున్నందున **4బి)** కొత్తపేట కంటే నరసింహారావు పేట మిక్కిలి విశాలముగాను, మిక్కిలి ఆరోగ్యకరముగాను, ఆహ్లాదమగు ప్రదేశం అగుట వలను **4సి)** నరసింహారావు పేట సమీపంలో పాఠశాలలు, బాలుర వసతి గృహములు ఉద్యోగుల నివాసములు మొదలగునవి ఉండి ఉత్కృష్ట ప్రదేశముగా వున్నందున **4డి)** కొన్ని వేళలందు వీధి బాలలు బయట ఉన్న కొళాయిని త్రిప్పి నీరు పారించి బురద, న్యూసెన్స్ చేయుచున్నందున **5)** నియమింపబడిన నౌకర్లు వేళకు రాకను వుండవలసినంత సేపు వుండకను, దీపములకు ఇచ్చిన నూనెను తమ పనులకు ఉపయోగించున్నందువలనను **6)** అభివృద్ధి చెందుతున్న గ్రంథాలయమునకు స్థలము చాల నందువలననూ **7)** కాపురం లేని ఇల్లు అయినందున ఇంటి ముందు పెంటకుప్పలు మొదలగునవి పారివేయుచున్నందున **8)** ఎవరికైనను కాపురం ఇచ్చుటకు అందులో వంట ఇల్లు పైఖానా వంటి వసతులు లేనందున ఎవరు బాడుగకు రానందున **9)** ప్రత్యేక గ్రంథాలయ పాలకున్ని నియమించుటకు ద్రవ్యము లేనందున **10)** గ్రంథాలయము పనిచేయు గంటలు సాయంత్రం **5** నుండి **7** గంటలు ఉన్నందున చీకటి కాలమందు, వర్షాకాలమందు అచ్చటి పనులు విచారించుకొని ఇంటికి దూరము నుండి వచ్చుటకు కష్టముగా ఉన్నందునను పై గ్రంథాలయమును నేనున్న ఇంటినే ఉంచుకొనిపై చెప్పబడిన **41/424** గృహదానమును రద్దు పరుచుచున్నాను. పాత నంబరు **4/354.**

అనుబంధము - 8

DOCUMENT No- 828 of 1942 (FILED IN FILE BOOK VOL179)

1942వ సంవత్సరం మే నెల **11**వ తేద్ని కర్నూలు పేటలో ఉండే వయిశ్య కులం వ్యాపారం వల్ల జీవనం చేయు అనంత గంట్టయ్య శెట్టి గారి కుమారుడు అనంత కొండయ్య శెట్టి గారికి కర్నూలు నరశింహ్వారావుపేటలో యుండే బ్రాహ్మణులు వుద్యోగం వగైరాల వల్ల జీవనంచేయు ముచ్చుకోట వేంకట్రాయుడు గారి కుమారుడు ముచ్చుకోట వేంకట్రామయ్య వ్రాయించి యిచ్చిన గృహ విక్రయపత్రం యేమనగా యీ క్రింది షెద్యూలులో నమోదించిన యిల్లు కట్టించిన స్థలము నా స్వంత ద్రవ్యముతో నేను కొనుగోలు చేసి సదరు స్థలంలో యిల్లు మహడీ వగైరాలు కట్టించినాను. సదరు యిల్లును మీకు రు. **9000.0.0** విక్రయించేందుకు యెర్పాటు చేస్కొని విక్రయించి యున్నాను. నాకు యీ విక్రయ ధనం నాకు ముట్టిన వివరం కర్నూలు గ్రామం శ్రీఅనంత నాగన్న శెట్టి గారి పేర నేను వ్రాయించి ఇచ్చిన **43/68** లో యింటి చూపుదాయక పత్రంలో మిగిలిన బాకీ అస్సలు వడ్డి కూడా ఆయకము తీరిపోవునట్లు వారికి మీ వల్ల యిప్పించినవి రు. **2000.** షెద్యూలు యిల్లు కర్నూలు వకీలు యన్. రామస్వామి ఆయ్య గారికి డాక్టరు బి. సంజీవరావు గారి కిన్ని. ఇద్దరి పేరట ఒకటే ఆయక పత్రం వ్రాయించి ఇచ్చి ఆయక పత్రం క్రింద వారికి నేను ఇవ్వవలసిన అస్సలు వడ్డీ రూఢిగా మీరు ఇచ్చినది రు. **4500.0.0.** కర్నూలు గ్రామం బాదం బాలక్రిష్ణయ్య నా పయ్ని కర్నూలు డిస్ట్రిక్టు మునసఫ్ కోర్టులో అప్పీలు నెం. **113 / 1941** గా దావా తెచ్చి సదరు దావాను **22/11/1941** తేద్ని పొంద్ని రాజీనామా డిక్రీ షర్తు మేరకు అతనికి ఇచ్చవలశ్ని రూ. **1370.0.0** అంద్కు అయ్ని వడ్డి రూ **37-0-0** వెరశి **1407.0.0.** సదరు బాలక్రిష్ణకు మీరు ఇచ్చినద్ని యీ పత్రం రిజిష్టరు కాలంలో శ్రీరిజిష్టరు వారి ఎదుట నేను పుచ్చుకొనబోవునది రూ.**1093.0.0** వెరశి రు. **9000.0.0** అక్షరాల తొమ్మిదివేల రూని విక్రయధనం యీ విధముగా పూర్తిగా నాకు మట్టియున్నది గన్క షెద్యూలు ఇల్లు విక్రయించి యీ దినము కు మీకు స్వాధీనం చేశియున్నాను. యీ యిల్లు కర్నూలో యుండే యన్. రామస్వామి అయ్య గార్కి బి సంజీవరావు గార్కి ఆయకం వుంచి యీ యీ విక్రయ ధనములో నుంచి పయికం చెల్లించడము ద్వారా తీరిపోవునట్టి ఆయకంతప్ప సదరు యిల్లు మరి యవర్కి గానీ యే విధమైయ్ని తాకట్టు వుంచలేదనియు వీటియందు నేను వక్కడనే హక్కదారునిగా వున్నాననియు మీకు చెప్పుచూ యీ విక్రయంచేశి యున్నాను. యీ ఆస్తి (టయిటలు) ను గురించ్చి యెవరి వల్లనేగాని యే విధమైన తకరర్లు వచ్చినను అట్టి తకరర్లు నా స్వంత ద్రవ్యముతో నివర్తి చేయించి యివ్వగలవాడను

యే విధమైన తకరర్లు వచ్చిన అందువలన మీకు కలిగే సకల నష్ఠములున్నూ మీరు చేయించి ఉండే రిపేరి ఖర్చులను కట్టకము ఖర్చులున్ను విక్రయధన మున్ను మీకు వాపస్సు యివ్వగలవాడను. యీ యింటి యందు యికమీదట నాకు గాని నా యిలాకా మరియు యవర్కిగాని యలాంటి హక్కులు సంభంధమున్ను లేదు. యింత్తటి నుంచి షెడ్యూలు ఆస్తి మీరున్ను మీ పుత్రులు దానవిక్రయాది వగైరా సంపూర్న హక్కులు కలిగి అష్ఠ అయిశ్వర్యములతో సుఖముగా ఆచంద్రార్క స్తాయిగా మీరు అనభవించు కోవలయును అని వప్పి వ్రాయించి యిచ్చిన గృహ విక్రయ పత్రము.

షెడ్యూలు:- కర్నూలు ట కర్నూలు సబ్‌డిలో చేర్ని కర్నూలు నరశింహరావు పేటలో నేను స్వంత్తముగా 19,20 ప్లాటు స్థలములు కొని, నేను వక్కడనే స్వంత హక్కుతో కట్టించి నా స్వంత హక్కు అనుభవములో యుండే మిద్దె యిల్లు పాతనె 43/78 కోత్త నె 43/91. యీ యిల్లు యందుకు చెక్కుబందీలు తూర్పు వీ.శ్యామసుందరరావు గారి బయలు జాగా పశ్చిమం సర్కారు రస్తా వుత్తరం సర్కారు రస్తా దక్షిణం కనసరవేసిని సందు రస్తా యీ చతురుదిశలకు లోనయ్ను తూర్పు పశ్చిమం 90 అడుగులు వుత్తర దక్షిణం 60 అడుగులు కొల్తలు గలది. 19 వప్లాటులో కట్టబడియుండే మహడీగల మిద్దెయిల్లు అందులోని రూములు, 20 ప్లాటులో యుండే గాడిఖానా దాని దక్షిణంవుండే రూములు వగైరాలు 19 ప్లాటులోని మహడీమిద్దె యింటికి వుండే తలుపులు ద్వార బందనాలు కిటికీలు యినపదూలాలు, దంత్తెలు అందుగల నివేశం విద్యుఛ్ఛక్తి దీపములు వాటి స్విచ్చులు బలుబులు ఇంటికే వేశియుండే సీలింగు ప్యాను ఒకటిన్ని మరివకటి టేబుల్‌ఫాన్ నీళ్ళ కొళయిలు అన్నియు కలిగి వుత్తరం 2 తలవాకిళ్ళు దక్షిణం వక తల వాకిలి గల యిల్లు. యింటిలో బయలు స్థలములు వగైరాలు. యీ యింటికి దక్షణం పడమట వుత్తరం వుండే పూర్తి గోడల హక్కున్ను, తూర్పుతట్టు గోడలో అర్ధం హక్కు గలదు.

రచయిత ముగింపు భావన

తపస్వి వంటి "**ముచ్చుకోట వేంకటరామయ్య**" గారి సంకల్పం కొనసాగించలేని నిర్భాగ్యులమన్న విమర్శ చాలా కాలంగా ఎదుర్కొన్నాను. మా అన్నగారు యం.వి.చలపతి గారు పెద్దగా చదువుకోలేదు. ఉద్యోగం చేయలేదు. నేనే ఎక్కువ విమర్శలకు గురయ్యాను. మా తండ్రి ముచ్చుకోట వేంకటరామయ్య గారిని ఇంత తక్కువ కాలంలో మరచిపోతారు, వారిని గురించి వ్రాయవలసిన అవసరం వస్తుందని, నేను పదవీ విరమణ 2004 లో చేసిన తరువాత కూడా అనుకోలేదు. కలిన పరిస్థితులలో మా తండ్రిగారు "పరమాత్ముడు తప్ప ఏది శాశ్వతం కాదు" అని ఊరడించేవారు. ఆ కాలంలో ప్రచారానికి ఆస్కారము ఇచ్చేవారు కాదు. అవకాశాలు కూడా తక్కువ.

1962 లో ఇంజనీరింగ్ కాలేజిలో సీటు పి.యు.సి. మార్కుల ఆధారంగా ఇచ్చేవారు. నాతో సమానంగా మార్కులు వచ్చిన వారికి సీటు వచ్చినా, నాకు రాని కారణం అప్పడు నాకు తెలియదు. ఒక విశ్వవిద్యాలయ ఉపకులపతి మా తండ్రి సహాధ్యాయి. మా తండ్రిని బాగా అభిమానించేవారు. ఆకాలంలో ఉపకులపతులకు కొన్ని సీట్లు కేటాయించే స్వతంత్రం ఉండేది. నేను పరిచయం చేసుకొని సీటు అభ్యర్థిస్తానన్నా మా తండ్రిగారు అంగీకరించలేదు. సైన్యంలో పని చేసే మా బావగారి అన్న గారు తను సంరక్షకుడిగా చూపి సీటు ఇప్పిస్తానన్నా ఒప్పకోలేదు. ఇంకొక్కసారి పి.యు.సి. చదువుతానన్నా సమ్మతించలేదు. "భగవంతుడిచ్చిన దానిని స్వీకరించు, విద్యా విభాగం కంటే చేసే పనిలో త్రికరణ శుద్ధి ముఖ్యం. నిరాడంబర జీవనశైలికి ప్రాధాన్యత ఇచ్చి సంతృప్తితో జీవించాలి" అన్న మా తండ్రి వేదాంతం అర్థమయ్యే వయస్సు కాదు.

ప్రఖ్యాత దర్శకుడు ఎమ్.ఎస్ రెడ్డి గారు ఆత్మకథ రాసి ప్రచురించినారు. 2012లో అది చదివే అవకాశం లభించింది. అందులో విశ్వవిద్యాలయ కులపతి డి.ఎస్.ఎస్. రెడ్డి గారి వ్యవహారశైలిని ప్రస్తావించారు. ముఖ్యమంత్రి నీలం సంజీవరెడ్డి గారి సిఫారసును తిరస్కరించిన నిర్మొహమాటి అని రాసినారు.

ఉక్రోషంతో ఒక సంవత్సరం బి.యస్.సి. చదివిన తరువాత, కర్నూలులో లేని జియాలజి చదువుతానని మొండికేసి తిరుపతి విశ్వవిద్యాలయ కాలేజీలో చేరినాను. ఆవిధంగా ఇంటికి దూరమైనాను. నా ప్రాప్తానుగుణంగా అప్పడప్పడే రూపుదిద్దుకుంటున్న భూగర్భ జల శాస్త్ర విభాగంలో చదువు ముగుస్తూనే ఉద్యోగం దొరికి, కర్నూలులో గడపగలిగిన కాలం తగ్గింది. నాకు కర్నూలులో ఒక్కరోజు కూడా ఉద్యోగం చేసే అవకాశం లభించలేదు.

గ్రంథాలయము మూతబడ్డ తరువాత ఒకనాడు అనంతపురం వాసి పోస్టల్ డిపార్ట్‌మెంట్ ఉద్యోగి ఉచిత హోమియోపతి వైద్యం ద్వారా ప్రజా బాహుళ్యానికి సేవ చేసి గౌరవ డాక్టరేట్ పొందిన చలపతిని కలిసి గోడు వెళ్ళబోసుకున్నాను. ఏమీ ఆశించకుండా ఒకరికి ఒక్క రోజు అన్నం పెట్టలేని వారు చాలామంది విమర్శలకు ముందరుంటారు. వారికి సంఘ సేవకుల కుటుంబీకుల కష్టసుఖాలు తెలిసే ఆస్కారం లేదు. బాధపడకు అని ఊరడించారు.

అనివార్యకారణాల వల్ల మా పిల్లవాడు కర్నూలు 1990 లో స్కూలులో చదువుకొనేటప్పుడు మా తండ్రి సమాజసేవను గురించి ప్రస్తావిస్తే "తెరచిన పుస్తకం లాంటి జీవితం గడిపిన, అనితర సాధ్యమైన త్యాగాలు చేసిన మహాత్మాగాంధిని స్వతంత్ర్యం వచ్చే అవకాశం ఉందని తెలిసిన నాటి నుండే విమర్శించినారు. కొన్ని వేల సినిమాలు తీసినా మహాత్మాగాంధీని గురించి సినిమా తీసే అవకాశం విదేశస్తుడికే ఇచ్చినారు. మీ తండ్రిగారు చేసిన సేవ, అదీ గ్రంథాలయ సేవను గురించి ఎవరు అనుకుంటారు" అనేవాడు.

నాకు నల్లగొండ జిల్లా, మునుపటి తుంగతుర్తి తాలూకాలోని నాలుగు మండలాల ప్రత్యేక అధికారిగా (మండలాధ్యక్షులు ఎన్నుకోబడని కారణంగా) 1990 నుండి 1994 వ సంవత్సరం వరకు మా కార్యాలయాధికారి భాధ్యతలు కాక అదనపు బాధ్యతలు నిర్వహించవలసి వచ్చింది. ఆ విధుల్లో భాగంగా అక్షరాస్యతా కార్యక్రమాలను పర్యవేక్షించేవాడిని. నెల దినాలలో అ, ఆ లతో మొదలు పెట్టి చదివి రాయగలిగిన మేధావి వయోజనులను పదుల సంఖ్యలో గుర్తించ గలిగినప్పడు అవకాశం కలిగి వుంటే వీరు గొప్ప వారై వుండేవారు అనిపించేది. మా తండ్రి గ్రంథాలయములో చదివే చిన్నపిల్లలను గమనించి వారిపై ప్రత్యేక శ్రద్ధ ఎందుకు తీసుకొనేవారో తెలిసివచ్చింది.

లంబాడీ తాండాలు కొన్ని కొన్ని గుడిసెల సమూహాలుగా ఉండేవి. చిన్నదారుల సమూహాలను కలిపేవి. అవకాశమున్నచోట విడివిడిగాను లేనిచోట నేను మండలాధికారులు ఆందరూ కలిసి విద్యాకేంద్రాలను సాయంత్రం గం॥ 6-00 నుండి గం॥ 8-00 వరకు తనిఖీ చేసేవారము. కేంద్ర కార్యకర్తలను, అభ్యాసకులను ఒకసారి అందరు కలిసి మాట్లాడిస్తూ, పురోగతిని సమీక్షిస్తూ సాగేటప్పడు నాధ్యాసతో నేను సాగిపోయాను. కొంతమంది స్థానికులు నాతో వస్తున్నారు. అరగంట తరువాత అధికారులెవ్వరు నాతో లేరని గమనించి వారెక్కడని స్థానికున్ని ప్రశ్నించాను. ఆయన మీ జీపు ఇక్కడే ఉంది అక్కడ అందరూ ఉంటారులెండి అని జీపు వద్దకు చేర్చాడు.

దారిలో మండల రెవెన్యూ అధికారి "నక్సలైటు ప్రధాన దళనేత మిమ్మల్ని కొంతసేపు గమనించి వెల్లి పోయారు. మా అదృష్టవశాత్తు వాళ్ళు మీరు సహృదయులని హాని చేసేవారు కారని గుర్తించి వెల్లిపోయారు. వాళ్ళకు అనుమానం కలిగివుంటే మిమ్ములను తీసుకువెళ్ళి వుండేవారు. చాల ఇబ్బంది కలిగేది" అని అన్నాడు. 1987 వ సంవత్సరంలో ఎస్.ఆర్. శంకరన్ IAS గారిని మరికొంతమంది అధికారులను కిడ్నాప్ చేశారు.

సాక్షరత కార్యక్రమములో జిల్లాలో మంచి ప్రగతి సాధించిన కారణమున ఆంధ్రప్రదేశ్ రాష్ట్రము తరపున తమిళనాడులో అక్షరాస్యతా కార్యక్రమాలు జరుగుతున్న పద్ధతి గురించి అవసరమైన మార్పులు సూచించేందుకు నల్లగొండ జిల్లా నుండి ఇద్దరు అధికారులను ఎంపికచేసి పంపించారు. అందులో నేను ఒక్కణ్ణి.

1995 నుండి 1999 వరకు నోడల్ అధికారిగా మునుపటి మైదుకూరు తాలూకాలోని నాలుగు మండలాలలోని కార్యక్రమాలను పర్యవేక్షించి జిల్లాలో ఉత్తమ నోడల్ ఆఫీసర్‌గా బహుమతి పొందాను. దీనిలో కూడా అక్షరాస్యతా కార్యక్రమ కృషి ప్రధానము. ఈ రెండు గుర్తింపులు నా తండ్రి గారి ఆశీర్వాద ఫలితముగా భావిస్తాను.

1994 వ సంవత్సరము నా సహాధ్యాయి మిత్రుడు అప్పటి గ్రంథాలయ సంస్థ అధ్యక్షులు చంద్రశేఖర్ కల్కూర గారు మా తండ్రి గారి శతజయంతి సంస్మరణార్థం నన్ను పిలిపించి సత్కరించినపుడు నా కుమారునితో ఘనంగా చెప్పకున్నాను.

2003 సంవత్సరంలో ఇటిక్యాల సంజీవరావుగారు, (మున్సిపల్ స్కూలు ఉపాధ్యాయులు, ఐ.సి.యస్.శర్మ గారి పుత్రులు) విశ్రాంత సంచాలకులు ఆంధ్రప్రదేశ్ ఆయుర్వేద విభాగము, డా॥ సుబ్బారావు గారు నిస్వార్థ సేవ చేసిన వారి గురించి ప్రచురిస్తున్నారు. నీవు కూడా మీ తండ్రి వివరాలు ఇవ్వమని కోరినారు. విశ్రాంత కర్నూలు కేంద్ర గ్రంథాలయము కార్యదర్శి కె. రోశయ్య గారు ఇచ్చిన పుస్తకము గ్రంథాలయ సేవానిరతులలో మా తండ్రి గురించిన వివరాలతో చిన్న పత్రము తయారు చేసి ఇచ్చినాను. ఆ కరపత్రాన్ని అచ్చు వేయించి పంచినాను. కొద్దిమంది మాత్రమే శ్రద్ధగా తీసుకొన్నారు. చదివిన వారెందరో తెలియదు. సాహితీ సదస్సు మాతాపితరుల జ్ఞాపకానికి అవకాశమిస్తుందని ఆ సంఘ అధ్యక్షులు చంద్రశేఖర కల్కూర గారు తెలియజేసినప్పుడు మా తండ్రి గురించి మరికొంత అధీకృత సమాచారం సేకరించడానికి ప్రయత్నించినాను.

సి. నారాయణస్వామి ఎల్.ఐ.సి. విశ్రాంత అధికారి వద్ద "భారతదేశ గ్రంథాలయాలు పుస్తక ప్రచారకులు, పుస్తకవిక్రయదారులు" అనే ఆంగ్ల పుస్తకము ఆంధ్ర గ్రంథాలయము నుండి సేకరించినదే ఇచ్చినాడు. మరికొంత అధీకృత సమాచారం గురించి విజయవాడ సర్వోత్తమ గ్రంథాలయముకు వెళ్ళినపుడు అక్కడి కార్యదర్శి రావి శారద గారు, గ్రంథపాలకులు శివరామకృష్ణయ్య గారు, వేటపాలెం వెళ్ళినపుడు సారస్వత నికేతనము అధ్యక్షులు మల్లికార్జునరావు గారు గ్రంథాలయ సిబ్బంది మరికొంత సమాచారం అందించినారు.

విశ్రాంత సంచాలకులు, కార్యదర్శి, జిల్లా గ్రంథాలయ సంస్థ శ్రీ వెలగా వెంకటప్పయ్య గారు మీ తండ్రి మరణించి 40 సంవత్సరములవుతుంది. వారిని గురించి ఒక పుస్తకము తయారు చేయమని ఉత్సాహపర్చినారు. ప్రతి దినము తెలుగులో 20 పుస్తకములు విడుదల అవుతున్నాయి. టి.వి. మరియు సినిమా ప్రభావాల వల్ల ఈ కాలం పుస్తకం చదివే వాళ్ళే కరువైనారు. గ్రంథాలయాల అవసరాలు ఆన్‌లైన్ లో దొరికే సమాచారం వల్ల తగ్గిపోయింది అనే నిర్వేదం ఉండింది. ఆన్‌లైన్‌లో వ్యక్తుల సమాచారం పొందు పరిచే అవకాశం కూడా వుంది.

స్వాతంత్ర్యానికి పూర్వం 24 సంవత్సరాలు ఆ తరువాత గ్రంథాలయాల అవసరం సామాన్య ప్రజలకు ఎక్కువగా ఉన్న దినాలలో 25 సంవత్సరాలు సేవలు అందించిన (1923-1972), ఆంధ్ర గ్రంథాలయము స్థాపించి నిర్వహించిన ముచ్చుకోట వెంకటరామయ్య గారి ఆశయం పూర్తయిందనే భావించి వారి గురించి తెలియజేయాలన్న తపనతో ఈ పుస్తకాల రూపకల్పనకు పూనుకున్నాను.

చాలామంది భూములేమయినాయి అని ప్రశ్న వేస్తున్నారు. చాలా కాలంగా సాగు చేస్తున్న వారికే వ్రాసి ఇచ్చి వారు ఇవ్వగలిగిన పైకంతో గ్రంథాలయం గురించి చేసిన అప్పులు కొంతవరకు తీర్చబడ్డాయి. ప్రభుత్వమైనా రకరకాల మాన్యాలను అలాగే సాగుచేసేవారికి ఇచ్చేస్తున్నది.

ద్వంద్వార్థాల సమాహారం జీవితం. మా ముత్తాత గారు నమ్మినది శివరామ భక్తి. మా తాత గారు నమ్మినది ఆడంబరము లేని జీవితము, కరణంగానైనా ఏమీ ఆశించకుండా చెయ్యగలిగిన సహాయం చెయ్యడం మానాన్న గారు నమ్మినది **"సర్వజన సేవ్యమే యొక సేవమని అట్టి సేవనమే భగవత్ సేవనమని".**

నాకు ఆస్తులు పూర్తిగా కరిగిన తరువాత కుటుంబ పోషణ, పిల్లలకు దారి చూపడం ముఖ్యమైన సేవ అని నాకు అనిపించింది. ఏది ఏమైనా ఆంధ్రగ్రంథాలయము మూతపడడము మాత్రము బాధాకరము.

ఏ వ్యక్తీ, కుటుంబానికి, పదవికి, సమాజానికి, ప్రకృతికి, సముచితంగా న్యాయం చేసేదానికి వీలుపడదు అన్నది భరతవాక్యం.

యుగ అవసరాలనుసారం మహాత్ములు జన్మిస్తారు. భగవంతుడు వారికి కావలసిన విభూతులను అనుగ్రహిస్తాడు. చాలా మంది మహనీయుల పిల్లలు వారి తల్లిదండ్రులతో పోలిస్తే సూర్యుని ముందు దివిటీల మాదిరి ఉండడం సహజం.

సక్రమ కర్మ చేయడం ప్రాణి బాధ్యత. ఫలితం దైవానుగ్రహం.

శ్రీ కృష్ణుడు ఉపదేశించిన భగవద్గీత లోని 3 వ అధ్యాయము 30 వ శ్లోకము

మయి సర్వాని కర్మాణి
సన్న్యస్యాధ్యాత్మచేతసా ।
నిరాశీర్నిర్మమో భూత్వా
యుధ్యస్వ విగతజ్వరః ॥

భావము :- కావున ఓ అర్జునా! నన్ను గుర్చిన సంపూర్ణ జ్ఞానము కలవాడవై ఫలాపేక్ష మరియు మమత్వము విడిచి, నా యందే కర్మలనన్నింటిని అర్పించి మాంద్యము వీడి యుద్ధము చేయుము.

మా తండ్రి జ్ఞాపకాలతో నా జీవితాన్ని పరిశీలించినప్పుడు నాకు కలిగిన భావన " మా తండ్రి ఎటువంటి ప్రయోజనం కీర్తి, లాభం, సంపద ఆశించకుండా తన ధర్మాన్ని పాటించాడు. మా తండ్రి చేసిన సేవనే చేయకపోయినా, నా వృత్తి ధర్మాలలో ఆ విలువలను పాటించాను. నేను నా భార్య మా పిల్లలకు మాకు మా పెద్దలు చూపిన విలువలు అందజేయగలిగాము".

స్వాతంత్ర్యం కోసం అనేక రకాల ఉద్యమాలు జరిగాయి.
గుర్తింపు పొందని కార్యకర్తలకు వారి కుటుంబాలకు
ఘన నివాళులులర్పిస్తునాను...

ముచ్చుకోట వేంకట రామయ్య చంద్రశేఖర్,
విశ్రాంత సంయుక్త సంచాలకులు భూగర్భజల శాఖ,
ఆంధ్రప్రదేశ్ ప్రభుత్వము.
41-554, కొత్తపేట. కర్నూలు.